D1680310

ஞானக்கூத்தன்

அட்டையின் உட்பகுதியில் காணப்படும் நகல் எடுக்கப்பட்ட சிற்பங்கள் எதிர்காலத்தைக் கணிக்கும் மூவர், புத்த மகானின் தாய் மாமா அரசியின் கனவை அரசனுக்கு விளக்கும் காட்சி. அதற்குக் கீழே எழுத்தர் அமர்ந்து விளக்கத்தை ஆவணப் படுத்துகிறார். ஒருக்கால், இந்த காட்சி ஆவணம் இந்தியாவின் மிகவும் தொடக்க காலத்து எழுத்துக்கலை பற்றியதாக இருக்கும்.

பொ.யு. 2ஆம் நூற்றாண்டு நாகார்ஜுன கொண்டா சிற்பங்களிலிருந்து அனுமதி: நேஷனல் மியூசியம், புது தில்லி.

ஞானக்கூத்தன்

அழகியசிங்கர்

சாகித்திய அகாதெமி

Gnanakkoothan: Monograph in Tamil by Azhagiyasingar, Sahitya Akademi, New Delhi, (Reprint 2024), Rs. 100/-

உரிமை © சாகித்திய அகாதெமி

ஆசிரியர்	:	அழகியசிங்கர்
பொருள்	:	இந்திய இலக்கியச் சிற்பிகள்
வெளியீடு	:	சாகித்திய அகாதெமி
முதல் பதிப்பு	:	2021
இரண்டாம் பதிப்பு	:	2024
ISBN	:	978–93–6183–587–2
விலை	:	ரூ. 100/–

All rights reserved. No part of this book may be reproduced or utilized in any form or by any means, electronic or mechanical including photocopying, recording or by any information storage and retrival system, without permission in writing from Sahitya Akademi.

சாகித்திய அகாதெமி

தலைமை அலுவலகம் : இரவீந்திர பவன், 35, பெரோஸ்ஷா சாலை, புது தில்லி 110 001.
secretary@sahitya-akademi.gov.in | 011-23386626/27/28.

விற்பனை அலுவலகம் 'ஸ்வாதி' மந்திர் சாலை, புது தில்லி 110 001
sales@sahitya-akademi.gov.in | 011-23745297, 23364204.

கொல்கத்தா 4, டி.எல். கான் சாலை, கொல்கத்தா 700 025
rs.rok@sahitya-akademi.gov.in | 033-24191683/24191706.

சென்னை குணா வளாகம், 443, இரண்டாம் தளம், அண்ணா சாலை, தேனாம்பேட்டை, சென்னை 600 018.
chennaioffice@sahitya-akademi.gov.in 044-24311741 | 24354815

மும்பை 172, மும்பை மராத்தி கிரந்த சங்கிரகாலய சாலை, தாதர், மும்பை 400 014
rs.rom@sahitya-akademi.gov.in 022-24135744 | 24131948.

பெங்களூரு மத்தியக் கல்லூரி வளாகம், பல்கலைக்கழக நூலக கட்டிடம், டாக்டர் அம்பேத்கர் வீதி, பெங்களூரு 560 001
rs.rob@sahitya-akademi.gov.in. 080-22245152, 22130870.

ஒளி அச்சு : B. Bhagyalakshmi, Chennai

அச்சகம்: **Pavai Printers (P) Ltd.,** Royapettah, Chennai - 600 014.

Visit our website at http://www.sahitya-akademi.gov.in

உள்ளே...

1. அறிமுகம் — 7
2. வாழ்க்கை வரலாறு — 15
3. ஞானக்கூத்தனின் படைப்புலகம் — 24
4. ஞானக்கூத்தனும் சிறுபத்திரிகைகளும்... — 33
5. ஞானக்கூத்தன் எழுதிய ஒரே ஒரு சிறுகதை — 65
6. வெளிவந்த கட்டுரைத் தொகுப்புகள் — 76
7. ஞானக்கூத்தனின் புதல்வர் திவாஹர் ரங்கநாதன் நினைவுகள் — 91
8. ஞானக்கூத்தனின் பேட்டி — 98
9. தமிழ் நாவல்களைக் குறித்து ஞானக்கூத்தன் — 117
10. வாழ்க்கைக் குறிப்புகள் — 125

1. அறிமுகம்

1980 ஆண்டிலிருந்து கடந்த 40 ஆண்டுகளாகக் கவிஞர் ஞானக்கூத்தனை அறிவேன். அவரைச் சந்திக்கும் சந்தர்ப்பத்தை என் நண்பர் கவிஞர் எஸ். வைத்தியநாதன் ஏற்படுத்திக் கொடுத்தார்.

வைத்தியநாதனை முதன் முதலாக ஒரு இலக்கியச் சிந்தனையின் ஆண்டு விழா அன்று சந்தித்தேன். அப்போதுதான் எனக்குப் பல நண்பர்களை வைத்தியநாதன் அறிமுகப்படுத்தினார். அவர் அறிமுகப்படுத்திய நண்பர்களில் ஒருவர்தான் ஞானக்கூத்தன்.

அவரைச் சந்திக்கும்போது நானும் கவிதை எழுதுபவனாகத்தான் என்னை அறிமுகப்படுத்திக் கொண்டேன். அப்படி அறிமுகப்படுத்திக் கொள்வதில் எனக்குச் சற்று கூச்சமாக இருந்தது.

ஞானக்கூத்தன் திருவல்லிக்கேணியில் வசித்து வந்தார். ஒவ்வொரு ஞாயிற்றுக் கிழமை மாலை நேரத்தில் அவரைச் சந்திப்பது வழக்கம். நான் மாம்பலத்தில் வசித்து வந்தேன். திருவல்லிக்கேணி போவதற்கு முன் மயிலாப்பூரில் உள்ள என் நண்பர் கவிஞர் எஸ்.வைத்தியநாதனையும் அழைத்துக் கொண்டு லாம்பி ஸ்கூட்டரில் போவேன்.

கடற்கரையில் திருவள்ளுவர் சிலைக்கு அருகில் எங்கள் சந்திப்பு நடக்கும். குறிப்பிட்ட நேரத்தில் அங்குப் பல நண்பர்களுடன் சந்திப்பது வழக்கம். கவிதையை மட்டுமன்றி உலகத்தில் நடக்கிற விஷயங்கள் குறித்தும் விவாதம் நடக்கும். அப்போது ஆத்மாநாம் உயிருடன் இல்லை. ஆனால் ஆத்மாநாமுடன் நெருங்கிப் பழகிய நண்பர்களைச் சந்தித்திருக்கிறேன். எல்லோரும் கவிதைகள் எழுதுபவர்கள்.

'ஞானக்கூத்தன் கவிதைகள்' குறித்து ரசனை உள்ளவர்கள். உண்மையில் ஞானக்கூத்தன் குரு ஸ்தானத்தில் இருப்பார்.

அந்தக் கூட்டங்களில் நடந்ததைப் பதிவு செய்திருந்தால் நினைத்துப் பார்க்க முடியாத பொக்கிஷமாக இருந்திருக்கும்.

24 மணிநேரமும் கவிதைகள் குறித்து யோசிப்பவர் என்றால் அது ஞானக்கூத்தனாகத்தான் இருக்கும். அவர் கவிதைக்காக இறுதி மூச்சு வரை வாழ்ந்து விட்டார்.

அவர் இழப்பு தமிழ்க் கவிதை உலகத்திற்குப் பெரிய இழப்பாகக் கருதுகிறேன்.

நான் ஞானக்கூத்தனைச் சந்திப்பதற்கு முன்னால் அவருடைய ஞாயிற்றுக் கிழமை மாலை நேரக் கூட்டத்தில் முக்கியமான நபராக இருந்தவர் ஆத்மாநாம்.

திருவள்ளுவர் சிலை அருகில் ஞானக்கூத்தனின் அவர் நண்பர்களின் கூட்டத்துடன் ஆத்மாநாம் கலந்துகொண்டு பேசியிருக்கிறார். நான் ஞானக்கூத்தனைச் சந்திக்கும்போது ஆத்மாநாம் உயிருடன் இல்லை.

என் அலுவலகம் சென்னை பீச்சிலிருந்தது. மாம்பலத்திலிருந்து பீச் வரை அலுவலகத்திற்குச் சென்று கொண்டிருப்பேன். ஒவ்வொரு முறையும் அலுவலகம் செல்லும்போது எதாவது புத்தகம் படிப்பது வழக்கம். ஒரு முறை ஞானக்கூத்தன் கவிதையை வாசித்தேன்.

என்னை நோக்கி ஒருவர் வந்தார்
எதையோ கேட்கப் போவது போல,
கடையா? வீடா? கூடமா? கோயிலா?
என்ன கேட்கப் போகிறாரென்று
எண்ணிக்கொண்டு நான் நின்றிருக்கையில்
அனேகமாய் வாயைத் திறந்தவர் என்னிடம்
ஒன்றும் கேளாமல் சென்றார்
என்ன மாதிரி உலகம் பார் இது.

அன்று முழுவதும் இந்தக் கவிதையைப் பற்றி யோசித்துக் கொண்டிருந்தேன். இந்தக் கவிதை 'ஆறு கவிதைகள்' என்ற

தலைப்பின் கீழ் செப்டம்பர் நவம்பர் 1979 ஆண்டு 'ழ' இதழில் வெளிவந்தது.

ஞானக்கூத்தன் 'மீண்டும் அவர்கள்' என்ற புத்தகத்தின் முன்னுரையில் இப்படி எழுதுகிறார். "எத்தனையோ இழப்புகளுக்கிடையில் நான் கவிதைகளை எழுதி வந்திருக்கிறேன். அதற்கு அடிப்படையான ஒரு காரணம் உண்டு. அரசியல், திரைத்துறை என்ற இரண்டு ராட்சதத் துறைகளின் கருணையில்லாமல் என் கவிதைகள் எவ்வளவு தூரம் வெளியுலகுக்குத் தெரியவருகிறதென்று பார்க்கலாம் என்ற அறை கூவல்தான் அது' என்று எழுதியிருக்கிறார்.

பாரதிக்குப் பிறகு தமிழ்க் கவிதை எழுதும் முறையில் பெரிய மாற்றம் ஏற்பட்டது. அதில் ஞானக்கூத்தனின் பங்கும் முக்கியமானது. கவிதை மரபைச் சற்று மாற்றி புதுக்கவிதை எழுதியவர்.

இவருக்கு முன்னோடியாக ந.பிச்சமூர்த்தி, க.நா.சுப்ரமண்யம், கு.ப.ரா, புதுமைப்பித்தன் என்று குறிப்பிடலாம்

ஆனால் ஞானக்கூத்தன் கவிதை எழுதும் முறை மேலே குறிப்பிட்டவர்களை விட வித்தியாசமானது. மரபு அறிந்து புதிய முறை கவிதை எழுதியவர்களில் ஞானக்கூத்தன்தான் என்று கூட குறிப்பிடலாம்.

சர்ரியலிஸ பாணியில் 1970லிலேயே கவிதை எழுதத் தொங்கியவர். அவருடைய எட்டு கவிதைகள் இதற்கு உதாரணம்.

****

27.07.2016 அன்று காலையில் எழுந்தவுடன் பொழுது சரியாக இல்லை என்று தோன்றியது. ஞானக்கூத்தன் வீட்டிலிருந்து தொலைப்பேசி வந்தது. நான் திகைத்துப் போய் தொலைப்பேசியை எடுத்தேன். காலை ஐந்தரை மணிக்கு ஒரு தொலைப்பேசி வந்தால் அது சற்று திகைப்பாகத்தான் இருக்கும் ஞானக்கூத்தன் 'நேற்று இரவு இறந்து விட்டார்' என்று துக்க செய்தியைச் சொன்னார்கள். என்னால் நம்ப முடியவில்லை. "நீங்கள் தயவுசெய்து எல்லோருக்கும் தகவல் சொல்லி விடுங்கள்," என்றார்கள்.

ஞானக்கூத்தன் இறக்கும்போது அவருக்கு வயது 78. அவரைப் பார்த்தால் அப்படித் தெரியாது. மிடுக்காகவும் கம்பீரமாகவும் தோற்றம் தருபவர். சமீபத்தில்தான் அவர் மலாயிலிருந்து சென்னைக்குத் திரும்பி வந்திருந்தார். வந்தவுடன் எனக்குத் தொலைப்பேசி செய்தார் : "நான் இந்தியாவிற்கு வந்துவிட்டேன்," என்று. எப்போதும் அவர் தொலைப்பேசியில் பேசும்போது இரண்டு மூன்று வார்த்தைகள் பேசிவிட்டு வைத்து விடுவார்.

புத்தகக் கண்காட்சியை முன்னிட்டு நான் கொண்டு வந்த ஒரு கவிதைத் தொகுப்பின் வெளியீட்டுக் கூட்டத்தில் அவர் கலந்து கொண்டு பேச முடியுமா என்று கேட்டேன். அவர் மகிழ்ச்சியுடன் ஒப்புக்கொண்டார். ஆனால் அவரால் கலந்துகொள்ள முடியவில்லை. உடல்நிலை சரியில்லாமல் திருவல்லிக்கேணியில் உள்ள சக்தி மருத்துவமனையில் சேரும்படி நேர்ந்துவிட்டது. உடல்நிலை பாதிக்கப்பட்டு மருத்துவமனையில் சேரும் ஆபத்தான நிலை ஏற்பட்டு விட்டது. நான் ஏற்பாடு செய்த கூட்டத்திற்குக் கலந்துகொள்ள முடியவில்லை என்பதை அவருடைய புதல்வன் மூலம் தெரிவித்தார். அந்த நிலையில் அவர் தெரிவிக்க வேண்டிய அவசியம் கூட இல்லை. ஆனால் ஞானக்கூத்தன் வித்தியாசமானவர்.

பெரும்பாலான நேரம் அவர் கவிதையைத் தவிர வேற எதுவும் சிந்திக்க மாட்டார். மேலும் அவர் தொடர்ந்து எழுதிக்கொண்டே இருந்தார். அவரை இலக்கியக் கூட்டங்களில் பேச எல்லோரும் அழைத்துக்கொண்டே இருப்பார்கள். தவறாமலும் அவர் கலந்து கொள்வார்.

கூட்டங்களில் முறையாகப் பேசக் கூடியவர். அவர் ஞாபகசக்தி அபாரம். ஒரு கவிதைத் தொகுதியை அவர் படித்தால் அந்தத் தொகுதியில் உள்ள நல்ல தன்மையை எடுத்து இயம்புவதில் வல்லவர்.

சில கவிஞர்களின் கவிதைத் தொகுதியைப் பார்த்தவுடன், அந்தத் தொகுதியைப் பற்றி என்ன சொல்லிவிடப் போகிறார் என்று தோன்றும். ஆனால் சரியாகச் சொல்லி விடுவார். அவர் மூலம் பல கவிஞர்கள் அறிமுகம் ஆகியிருக்கிறார்கள்.

எப்போதும் அவரைச் சுற்றி இளம் கவிஞர்கள் கூட்டம் இல்லாமல் இருக்காது. ஒரு மூத்த கவிஞர் என்ற கர்வம் அவரிடம் எப்போதும் இருந்ததில்லை.

ஒரு சாரார் அவர் கவிதைகளைப் படித்துப் பாராட்டிக் கொண்டே இருப்பார்கள். இன்னொரு சாரார் அவரைத் திட்டவும் செய்வார்கள். அவர் எதற்கும் கவலைப்பட மாட்டார். எல்லாவற்றுக்கும் பதிலும் சொல்லாமல் இருக்க மாட்டார்.

ஒரு முறை பிரமிள் என்ற கவிஞர் நான் பணிபுரியும் அலுவலகத்திற்கு என்னைப் பார்க்க வந்திருந்தார். அப்போது இன்னொரு கவிதை எழுதும் நண்பரும் தற்செயலாக வந்திருந்தார். அந்த நண்பரைப் பார்த்தவுடன், ஞானக்கூத்தனையே பார்த்ததுபோல் பிரமிகளுக்குத் தோன்றி விட்டது. ஞானக்கூத்தன் 'தமிழ்' என்ற பெயரில் ஒரு கவிதை எழுதியிருந்தார். அந்தக் கவிதை இப்படி எழுதியிருக்கும்.

எனக்கும் தமிழ்தான் மூச்சு
ஆனால்
பிறர்மேல் அதைவிட மாட்டேன்

என்னுடைய கவிதை எழுதும் நண்பரைப் பார்த்தவுடன், பிரமிள் சத்தமாக 'அதென்னய்யா தமிழ்தான் மூச்சு...நான் பிறர் மேல் மூச்சுவிடத்தான் விடுவேன்'என்று சத்தமாகப் பேசினார். இதைக் கேட்கும்போது எனக்குச் சங்கடமாக இருந்தது. பிரமிள் என்னைப் பார்க்க வந்தால் இப்படியெல்லாம் பேச மாட்டார்.

ஞானக்கூத்தன் இப்படித்தான் அவர் கவிதைகள் மூலம் பலருடைய எதிர்ப்புக்கு ஆளாகியிருக்கிறார். ஆனால் உண்மையிலேயே தமிழர்கள் பெருமைப்படுகிற உண்மையான கவிஞர் அவர். இன்று இந்தியா முழுவதும் எடுத்துக் கொண்டாலும் இப்படிப்பட்ட ஒரு கவிஞரைப் பார்ப்பது அரிது.

****

சக்தி மருத்துவமனையிலிருந்து வீட்டிற்குத் திரும்பிய ஞானக்கூத்தனை தொலைப்பேசியில் விசாரித்தேன்.

"உங்களைப் பார்க்க வரட்டுமா?" என்று கேட்டேன்.

"வரவேண்டாம். என்னை ஓய்வு எடுத்துக் கொள்ளச் சொல்லியிருக்கிறார்கள். நிமோனியாவின் ஆரம்ப நிலை," என்று சொன்னார். அதைக் கேட்கும்போது எனக்கு வருத்தமாக இருந்தது. பிரமிளும் நிமோனியா நோயால்தான் இறந்தார்.

டிஸ்கவரி புத்தக நிலையத்தில் ஞானக்கூத்தனை ஒரு கூட்டத்தில் பேசுவதற்காகப் பார்த்தபோது, அவர் உடல்நிலை சரியில்லாமல் இருந்தது. இருமிக் கொண்டே இருந்தார். அவர் பக்கத்தில்தான் நானும் அமர்ந்திருந்தேன். கூட்டத்தின் பாதியில் அவர் உடல்நிலை சரியில்லை என்று எழுந்தும் போய்விட்டார். அவர் பொதுவாக அப்படியெல்லாம் செய்ய மாட்டார். எந்தக் கூட்டத்திலும் அவர் கடைசி வரை இருப்பார்.

சக்தி மருத்துவமனையிலிருந்து வீட்டிற்கு வந்து ஒரு மாதம் ஆகியிருக்கும், ஒருநாள் அவரிடமிருந்து தொலைப்பேசி வந்தது. 'அப்பா எப்படி இருக்கிறார்,' என்று கேட்டு.

"அப்பா படுத்தப் படுக்கையாக இருக்கிறார். வயது 94," என்றேன். என் அப்பாவிற்கு ஞானக்கூத்தன் கவிதைகளைப் பிடிக்கும். நான் கொண்டு வந்த அவர் கவிதைத் தொகுதியிலிருந்து சில கவிதைகளை ஞானக்கூத்தனிடமே படித்துக் காட்டியிருக்கிறார்.

எப்போது அவரைப் போய்ப் பார்க்கப் போவது என்று நினைத்துக் கொண்டிருந்தேன். அந்தச்சமயத்தில்தான் அவர் வீட்டிலிருந்து தொலைப்பேசி வந்தது. ஞானக்கூத்தனை மயிலாப்பூரிலுள்ள இசபெல்லா மருத்துவமனையில் சேர்த்து விட்டதாக. என்னையும் கவிஞர் ராஜகோபலனையும் ஆங்கில பேராசிரியர் பார்க்க விரும்புவதாக. நாங்கள் இருவரும் ஒருநாள் மாலையில் மருத்துவமனைக்குச் சென்றோம். அப்போது அவர் ஐசியூவில் இருந்தார். வயிறு வீக்கமாக இருந்ததாலும், மூச்சுவிடச் சிரமமாக இருந்ததாலும் அவரைச் சேர்த்ததாகச் சொன்னார்கள். வார்டில் பளிச்சென்று அதே புன்னகையுடன் காட்சி அளித்தார். எனக்கு அவரை அங்குப் பார்க்க வருத்தமாக இருந்தது. படுக்கையிலிருந்தபடியே 'அப்பா

அறிமுகம் 13

எப்படி இருக்கிறார்?' என்று கேட்டார். அவர் கேட்ட விதம் நெகிழ்ச்சியாக இருந்தது. ஒருவர் அந்தச் சூழ்நிலையிலும் விசாரிக்கிறாரே என்று தோன்றியது.

எனக்கு என்னமோ அவர் அந்த இடத்திலிருந்து திரும்பவும் வீட்டிற்கு வந்து விடுவார் என்றுதான் தோன்றியது. அவரைப் பார்த்துவிட்டு வந்தபின்னும் அடிக்கடி அவர் குடும்பத்தாரிடம் அவரைப் பற்றி விசாரித்துக் கொண்டிருந்தேன். வைதீஸ்வரன், அசோகமித்திரன் போன்ற எழுத்தாளர்களிடம் அவர் மருத்துவமனையில் சேர்க்கப்பட்டிருப்பதைச் சொல்லவும் செய்தேன்.

ஆனால் ஒருவரை மருத்துவமனையில் போய்ப் பார்க்கும் தர்மசங்கடமான நிலையை நான் யோசிக்காமலில்லை.

வயிற்றில் ஏற்பட்ட ஒரு தொற்று நோயால் அவருடைய முக்கிய அவயங்கள் செயலிழக்கத் தொடங்கி விட்டன. அவர் இறந்தும் விட்டார்.

எனக்கும் அவருக்கும் 40 ஆண்டுகளாகப் பழக்கம். அவரை முதலில் சந்தித்தபோது அவருடைய கவிதைகள் எல்லாம் முழுதாக தொகுக்கப்படாமலிருந்தது. நான் ஞானக்கூத்தன் ரசிகன். அவர் கவிதைகளைப் படிக்கும்போது ஒரு விசித்திரமான உணர்வு ஏற்படும்.

ஞானக்கூத்தன் கவிதைகள் எல்லாவற்றையும் தொகுத்து ஒரு பெரிய புத்தகம் கொண்டு வர வேண்டுமென்று நினைத்தேன். அதற்காக எல்லா முயற்சியும் செய்து 'ஞானக்கூத்தன் கவிதைகள்' என்ற புத்தகத்தைக் கொண்டு வந்தேன். டிசம்பர் 1998ல் அத் தொகுப்பைக் கொண்டு வந்தேன். அத் தொகுதியில் சில கவிதைகளைத் தீபம் நா பார்த்தசாரதியின் புதல்வர் வீட்டிற்குச் சென்று பழைய தீபம் பத்திரிகையிலிருந்து எடுத்தேன். அத் தொகுப்பில் ஞானக்கூத்தன் சில ஓவியங்களையும் வரைந்திருப்பார். அதையும் கொண்டு வந்தேன்.

ஞானக்கூத்தன் எப்போதும் ஒன்று சொல்வார். எழுத்தாளர்களைக் கொண்டாட வேண்டும் என்று. யானை மீது அமர வைத்து ஊர்வலமாக அழைத்துக்கொண்டு போக

வேண்டுமென்று. அப்படி அழைத்துக் கொண்டு போக வேண்டியவர்தான் ஞானக்கூத்தன்.

எழுதிக் குவித்தவர். அவருடைய எந்தக் கவிதையை எடுத்துப் படித்தாலும் படிப்பவரை நோக்கி அந்தக் கவிதை நகர ஆரம்பிக்கும். சிந்திக்க வைக்கும். அவர் கவிதைகளை ஒரு முறைக்குப் பல முறைகள் எடுத்துப் படித்துக் கொண்டே இருக்கலாம். அந்த அளவிற்குச் சிறப்பாக எழுதியிருப்பார். தமிழில் அவர் எழுதுகிற உரைநடையே வித்தியாசமாகவும் இலக்கியத் தரமாகவும் இருக்கும்.

❖

2. வாழ்க்கை வரலாறு

07.10.1938 தஞ்சை மாவட்டத்தில் உள்ள மாயூரத்தில் திருஇந்தளூர் என்ற இடத்தில் ஞானக்கூத்தன் பிறந்தார். இரு தலைமுறைக்கான வம்சாவளி விவரங்களை நேர்காணல்கள் புத்தகத்தில் குறிப்பிடுகிறார்.

பல நூறு ஆண்டுகளுக்கு முன்பு கர்நாடகத்திலிருந்து தமிழ்நாட்டுக்குக் குடியேறிய 'ஆறுவேலி' என்ற கன்னடப் பார்ப்பனக் குடும்பத்தைச் சேர்ந்தவர்கள் அவர் முன்னோர்கள். 'ஆறுவேலு' என்ற பழைய கன்னடச் சொல்லுக்கு ஆறாயிரம் என்று பொருள். தெலுங்கு பேசும் பார்ப்பனர்களிடையேயும் 'ஆறுவேலு' என்ற பிரிவு இருப்பதாகத் தெரிகிறது. தமிழ்நாட்டில் கன்னடம் பேசும் பார்ப்பனரிடையே 'ஆறுவேலு' என்றும் 'அரவத் தொக்கலு' என்றும் இரண்டு பிரிவினர் உண்டு. இதில் 'ஆறுவேலு' பிரிவினர் தாங்கள் பூர்வீகக் கன்னடக் குடிகள் என்றும் 'அரவத் தொக்கலு' என்ற பிரிவினர் தமிழ்க் கலப்புடையவர்கள் என்றும் கருதுகிறார்கள். 'ஆறுவேலு' பிரிவினர் காவிரி, கொள்ளிடக் கரைகளில் குடியேறியவர்கள். இவர்களில் காவிரிக்கரையில் குடியேறியவர்களில் ஞானக்கூத்தனுடைய கொள்ளுப் பாட்டனார் சேர்ந்ததாகக் கூறப்படுகிறது. கொள்ளுத் தாத்தா வடமொழிப் புலமை உடையவர்.

(ஞானக்கூத்தன் பிறந்த வீடு)

த்வைத் சித்தாந்த வாதப் பிரதிவாதங்களில் ஈடுபாடு உடையவர். ஞானக்கூத்தனுடைய தாத்தா வடமொழிப் பயிற்சி உடையவர். அவருடைய தந்தையின் பாலப் பருவத்திலேயே தாத்தா இறந்து விட்டதால் அவர் தந்தை பாட்டியாரால் வளர்க்கப்பட்டார். ஞானக்கூத்தனுடைய தந்தை ஆரம்ப உயர்நிலைப் பள்ளி ஆசிரியராக இருந்து ஓய்வு பெற்று 68ஆம் வயதில் காலமானார். ஏதோ ஒரு காலத்தில் மன்னர்களால் வழங்கப்பட்ட மான்ய நிலத்தில் ஜீவித்திருந்த முன்னோர்களின் சொத்து தாத்தாவின் காலத்திலேயே இல்லாமல் போயிற்று. அவருடைய தந்தைக்கும் வடமொழிப் புலமை உண்டு. ஆனால் இலக்கிய வகையாக இல்லாமல் அது வேத மந்திரங்களைப் பற்றிய வியப்பாக இருந்தது. ஊரில் ஆசிரியர் என்ற முறையில் ஆரம்பப் பள்ளி ஆசிரியர் என்றாலும் கவுரமாகக் கருதப்பட்டு வந்தார். வீட்டில் அவர் பெயர் ரங்கநாதன்.

'மழைநாள் பாதை' என்ற பெயரில் அவர் குடும்பத்தைப் பற்றி ஞானக்கூத்தன் ஒரு கவிதை எழுதியிருக்கிறார்.

(ஞானக்கூத்தன் வரைந்த ஓவியம்)

தன் கல்வியைக் குறித்து தன்னுடைய தந்தைக்கு எந்த குறிப்பிட்ட நோக்கமும் இல்லை என்கிறார் ஞானக்கூத்தன். அவர் தந்தைக்கு பத்துப் பிள்ளைகள். இரண்டாவது ஞானக்கூத்தன். அவர் படிப்பு உயர்நிலைப் பள்ளிக்கு வரத் தொடங்கியதும் படிக்க வைக்க அவர் தந்தையார் மிகவும் கஷ்டப்பட்டார். அவர் ஆறாம் வகுப்புப் படிக்க வரும்போது அப்போது வடமொழி, சிறப்புத் தமிழ் என்ற வாய்ப்பில் அவரை வடமொழி, பிரிவில் சேர்த்துவிட்டார்.

உண்மையில் ஞானக்கூத்தன் தமிழ் படிப்பதில் அவர் தந்தைக்கு மகிழ்ச்சி தரவில்லை. ஆறாம் வகுப்பு படிக்கும்போதே ஞானக்கூத்தன் தமிழில் கவிதை புனையத் தொடங்கி விட்டார். வீட்டுச் சுவர்களில் சொந்தமாகச் சித்திரங்கள் வரையத் தொடங்கியதும் திகைத்தார் அவர் தந்தை.

"எட்டாம் வகுப்பு முடித்ததும் தமிழ்ப் புலவர் வகுப்பில் அவரைச் சேர்க்க வேண்டுமென்று தந்தையைத் தூண்டினார். அவர் தந்தைக்கு வருத்தம். பையன் கவியாகவோ சித்திரகாரனாகவோ வரலாம். ஆனால் அது வாழ்க்கைக்கு உதவாது என்று அவர் தந்தைக்குத் தோன்றியது. அதனால்

உயர்நிலைப் பள்ளிப் படிப்பை முடித்து ஏதாவது வேலையில் சேர வேண்டுமென்று அவர் விரும்பினார். தமிழ்ப் படிக்கும் ஆர்வத்தில் பள்ளி இறுதியாண்டு தேர்ச்சி பெற்றவுடன் தருமை ஆதீனத்துத் தமிழ்க் கல்லூரியில் சேர நினைத்தார். வீட்டில் எதிர்ப்பைத் தெரிவிக்க மூன்று நாட்கள் உபவாசம் இருந்தார். தந்தை தனியாகக் கூப்பிட்டு, "நீ ஹைஸ்கூல் படிப்பதற்கே ரெட்டியார் உபகாரச் சம்பளம் தேவைப்பட்டது. இனிமேல் படிக்க என்ன செய்ய வேண்டும்? நீ வேலைக்குப் போனால் எனக்குக் கஷ்டம் குறையும். உன் தம்பிகளும் உன் வருமானத்தில் படிப்பார்கள்," என்றார் அவர் தந்தை.

ஞானக்கூத்தன் உபவாசத்தைக் கைவிட்டு வேலைக்குச் சென்றார். இதை இப்படிக் கூறுகிறார். 'என் கல்வி எல்லோருக்கும் பங்கிட்டுத் தரப்பட்ட சில பருக்கைகள்தான்.'

'எந்த ஒரு மனிதரும் என்னைப் பாதித்ததாகக் கூறுவதற்கில்லை என்றாலும், கம்பரை மறக்க முடியாது,' என்றார் ஞானக்கூத்தன்.

அவர் பிறந்த ஊரான திருஇந்தளூர் மிகவும் பழமையான ஊர். இது ஒரு வைணவத் தலம். மாயூரம் தாலுக்காவில் உள்ளது. ஆனால் சற்றுத் தொலைவில் உள்ளது தேரிழந்தூர். கம்பர் பிறந்த ஊர்.

"நான் ஒருமுறை ஞானக்கூத்தன் வாழ்ந்த ஊரான திருஇந்தளூருக்கு அவருடன் சென்றிருக்கிறேன். அவர் வசித்த வீடு சிதிலமடைந்து கேட்பாரற்று இருந்தது.

கோயிலுக்குச் சொந்தமான பெரிய குளமொன்று இருந்தது. பின் ஒரு மண்டபம் இருந்தது. அது குறித்து ஞானக்கூத்தன் கவிதைகள் எழுதியிருக்கிறார். முக்கியமாக ஒரு கவிதை. 'கம்பரின் திருமாளிகை' என்று. அதை இங்குத் தர விரும்புகிறேன்.

கம்பரின் திருமாளிகை

உத்திர தேசத்து யாத்ரிகர் கூட்டம்
குடும்பம் குடும்பமாய்ப் படிக்கட்டில் இறங்கிக்

காவிரி நீரைத் தங்கள் தலைமேல்
தெளித்துக் கொள்கிறது சிரத்தை யோடு.

அன்றைய நாளுக்குத் திரட்டிக் கொண்ட
அயர்வு நீங்கப் புராதன மண்டபத்துப்
படிக்கட்டொன்றில் சாய்ந்திருந்தேன் நான்
காவிரியாற்றை வெறித்துப் பார்த்து.

யாத்ரிகர் நீங்க ஆற்றுப் படிக்கட்டில்
வெறுமை சூழவும் இருளும் சூழ்ந்தது.
எங்கிருந்தோ வந்தன அந்தப் போதில்
ஒன்றடுத்தொன்று தொன்னைத் தீபங்கள்.

தொலைவில் சிலவும் அருகில் சிலவும்
தொன்னைத் தீபங்கள் ஊர்வலம் சென்றன.
நடனமாடும் பெண்களைப் போல
மேலும் மேலும் தீபங்கள் சென்றன.

மனதில் என்னவோ எனக்குக் கம்பரின்
நினைவு தோன்றிக் 'கம்பரின் மாளிகை
கம்பரின் மாளிகை' என்ற சொல் எழுந்தது
கண்ணில் தெரிந்தது கம்பரின் மாளிகையா?

மிதந்து செல்லும் தீப ஊர்வலத்தை
மீண்டும் ஒரு முறை பார்த்தேன்
மகிழ்ச்சிக் கிடையில் அழுகை வந்தது ஏன்?

இந்தக் கவிதையின் இறுதி வரியில் அழுகை வந்தது என்று எழுதியிருக்கிறார். நான் அவருடன் அந்த ஊருக்குச் சென்றபோது, குளம் வற்றிப் போயிருந்தது. எதிரே கல்

மண்டபம் பாழ்பட்டு இருந்தது. அந்தத் தருணத்தில் மனம் நொந்து ஞானக்கூத்தன் எழுதியிருப்பாரென்று தோன்றுகிறது.

ஞானக்கூத்தன் தன் இளமைகால அனுபவத்தைத் தெரிவிக்கிறார்.

'விஜயதசமி அன்று பள்ளிக் கூடத்தில் சேர்ப்பது வழக்கம். நெல்லை வட்டமாகப் பரப்பி குழந்தையின் கையைப் பிடித்து ஆசிரியர் வரைவார். அத்துடன் அன்றைய வேலை முடிந்தது. படிப்பெல்லாம் 'ஹரி, நமோஸ்து சித்தம்' என்று தொடங்கும். விஜயதசமி அன்று குழந்தைகள் நாதஸ்வரம், தவில் முழங்க அவரவர் வீட்டிலிருந்து பள்ளிக்கூடத்துக்கு அழைத்து செல்லப் படுவார்கள். என் அண்ணன் இப்படித்தான் பள்ளியில் சேர்க்கப்பட்டான். 'ஆனால் இந்த வாய்ப்பை நான் பெறவில்லை. காரணம் நானாகவே ஒரு குழந்தையுடன் பள்ளிக்கூடத்துக்குப் போய்விட்டேன். என் அம்மா பள்ளிக்கூடத்துக்குத் தேடிவந்து விட்டார். நான் வீட்டுக்கு வர மறுத்துவிட இடைவேளை வரை என் அம்மா தங்கியிருந்து என்னை வீட்டுக்கு அழைத்து வந்தார். இது நடந்தது 1943 இல். மறுநாள் முறையாக சேர்க்கப்படாத மாணவனாக நான் பள்ளிக்கூடம் போய் வந்தேன். என் அண்ணன் 3ஆம் வகுப்பில் இருந்தான். பின்னாளில் புலவர் கீரன் என்று பெயர்பெற்ற கே.வி. வைத்யநாதசாமி ஐந்தாம் வகுப்பை தேர்ச்சி பெற்று வெளியேறியிருந்தார். விடுதலை வேட்கையில் இந்தியா இருந்ததால் கல்வியில் இங்கிலீஷ் அகற்றப்பட தொடக்கப் பள்ளியில் அந்த மொழி கற்பிக்கப்படவில்லை'

ஆறாம் வகுப்பு ஆசிரியரான ஸ்ரீநிவாஸ ஐயங்காருடன் ஞானக்கூத்தனுக்குத் தொடர்பு இருந்தது. அவர் தேரிழந்தூர் கிராமப் புறமாகையால், திருவழுந்தூரில் வசித்து வந்தார். எப்படியோ கம்பர் பிறந்தது திருவழந்தூராகத்தான் இருக்குமென்று ஊகிக்கத் தொடங்கினார் ஞானக்கூத்தன்.

திருஇந்தளூர் வைணவத் தலமாதலால் (திருமங்கையாழ்வாரால் பார்த்துப் பாடப்பட்டது) கம்பராமாயணப் பிரசங்கங்கள் அவ்வப்போது நடைபெறும். கம்பராமாயணப் பிரசங்க பூஷணம் என்ற விருது பெற்ற வரதராஜ ஐயங்கார் என்பவரின் பிரசங்கத்தை ஞானக்கூத்தன் சிறு வயதில் கேட்டிருக்கிறார்.

அந்தப் பிரசங்கம் மூலமாகத்தான் கவிதையில் கதைகளும் வருமென்பதைத் தெரிந்து கொண்டிருக்கிறார். கம்பராமாயணம் தெரியத் தொடங்கியதும். ஆறாம் வகுப்பு ஆசிரியரான .ஸ்ரீநிவாஸ் ஐயங்காரிடம் அவர் கம்பர் ஊர்க்காரர் என்பதால் மதிப்பு கூடியது. அவரும் கவிஞர். 1930–40களில் கவிதைகள் எழுதியிருக்கிறார். ஞானக்கூத்தன் முதன் முதலாக அவரிடம்தான் தான் எழுதிய கவிதைகளைக் காட்டினார். ராமகிருஷ்ண பரமஹம்சதைப்போல் தோற்றம் கொண்ட ஸ்ரீநிவாஸ் ஐயங்கார், ஞானக்கூத்தன் கவிதையைப் படித்துப்பார்த்து அதில் யாப்பு சரியாக வரவில்லை என்று கூறியிருக்கிறார். அப்போது ஞானக்கூத்தன் ஆறாம் வகுப்பு படித்துக் கொண்டிருந்தார். 'யாப்பை பிறகு தெரிந்து கொள்ளலாம் முதலில் படி' என்று அறிவுரை கூறியிருக்கிறார் ஆசிரியர். ஒன்பதாவது படித்துக்கொண்டிருந்த ஞானக்கூத்தனின் அண்ணனின் இலக்கணப் புத்தகத்தை எடுத்து யாப்பிலக்கியம் கற்றுக் கொண்டிருக்கிறார். மேலும் யாப்பின் அடிப்படைகளைத் தெரிந்து கொள்ளப் புத்தகத்தில் வந்துள்ள கம்பராமாயணம், சிலப்பதிகாரம் எல்லாவற்றையும் ஆராய்ந்துள்ளார். கம்பனின் குகப்படலத்தைப் படித்தார். அதில் உள்ள நேர்த்தி அவருக்குப் பிடித்திருந்தது. அன்றிலிருந்து கம்பர் அவருடைய தீவிர வாசிப்புக்குள்ளானார்.

ஞானக்கூத்தன் தன் இளம்பிராயத்து நினைவுகளை இங்கே இப்படிப் பகிர்ந்து கொள்கிறார்.

'9ஆம் வகுப்பு 10ஆம் வகுப்பு படிக்கும் போது ஊர்ப் பெருமை எனக்குத் தெரியவந்தது. மாயூரம் வேதநாயகம் பிள்ளை, கல்கி ஆசிரியர் ரா. கிருஷ்ணமூர்த்தி, சாண்டில்யன், தி.ஜ.ரங்கநாதன், ஜெகசிற்பியன் முதலானோர் ஊர்க்காரர்கள் என்பது தெரியவந்தது. எனது பள்ளிக்கூடம் பட்டமங்கலம் தெருவில் அமைந்திருந்தது. மற்றொரு பள்ளிக்கூடம் மகாதானம் தெருவில் அமைந்திருந்தது. பட்டமங்கலம் மகாதானம் இரண்டும் குலோத்துங்க சோழன் பட்டம் சூட்டிக்கொண்ட நாள் நினைவாக நிறுவப்பட்டனவாம். மகாதானத் தெருவில் தான் திருசிரபுரம் மகாவித்வான் மீனாட்சிசுந்தரம் பிள்ளை வசித்து வந்தார். அந்தத் தெருவில்

தான் உ. வே. சாமிநாதையர் அவரிடம் படிக்க வந்தார். அந்தத் தெருவில் தான் கோபால கிருஷ்ண பாரதியார் நந்தன் சரித்திரக் கீர்த்தனையைப் படித்தார். என்னுடைய பள்ளிக்கூடம் சிதம்பரத்தில் ஆறுமுக நாவலர் நடத்திய பள்ளிக்கூடத்தை ஒட்டி வடிவமைக்கப் பட்டது என்று சொல்லிக்கொண்டார்கள். இந்தப் பெருமையைக் கேட்டுப் பூரித்துப் போயிருந்த நான் 9 மற்றும் 10ஆம் வகுப்பில் கண்டறியாதன கண்டேன் என்று வியந்தது திரைப்படங்கள் தாம். திரைப்படம் கல்வியில் ஒரு கூறாக அன்று இருந்தது. விஷுவல் எஜுகேஷன் என்பார்கள். நான் பார்த்த படங்கள் விக்டர் ஹ்யுகோவின் 'லே மிஸரபிள்' 'ஹன்ச்பேக் . ஆஃப் டூ சிடீஸ் முதலியவை. என் ஊரிலிருந்து முற்றிலும் மாறுபட்ட ஊர்களை இவற்றில் பார்த்தேன். படத்தில் பேசிய அவர்களின் தோற்றம், அவர்களின் உடை, மொழி எல்லாம் திகைக்க வைத்தன.'

தமிழ்க் கவிதைக்கென்றே சில அடிப்படைக் குணாதிசயங்கள் உள்ளன. அவை சிக்கனம், தெளிவு, நேரடியாகக் கூறல், அணுக்கம் என்பன. இந்தப் பண்புகளைக் கொண்டே தமிழ்க் கவிதைகள் அமைந்துள்ளன என்கிறார் ஞானக்கூத்தன். 1959 ஆம் ஆண்டு ஜூன் முதல் தேதியிலிருந்து ஆங்கில நாளிதழ்களைப் படிப்பது என்று தொடங்கினார். எப்படி தேதி மாதம் ஆண்டு என்று ஆச்சரியமாய் இருக்கிறது. நூல் நிலையத்திலிருந்து ஜப்பானியக் கவிதைகள் முதலில், பின்பு சீனக் கவிதைகள், பிறகு ஆங்கிலேய அமெரிக்கக் கவிதைகள் என்று படிக்கத் தொடங்கினார். இதனால் இவர் கவிதைகள் ஆழமாகப் பாதிக்கப்பட்டன என்று கூற முடியாவிட்டாலும் ஏதோ ஒரு திருப்பத்தில், ஒரு நடையில், ஒரு கண் சிமிட்டலில் அதன் சாயல் இருப்பதைக் கூற முடிகிறது என்கிறார். அதைவிட முக்கியம் தமிழ்க் கவிதைகளை மற்றவற்றோடு எடைபோட முடிந்தது.

ஆரம்பத்தில் திருமணமே செய்துகொள்ளாமல் இருக்க வேண்டுமென்று கருதியிருக்கிறார். கம்பர் கவிதையில் ஈடுபட்ட து போல. திருமூலரிடம் அவருக்கு ஈடுபாடு இருந்தது.

அவருக்கு ஜூலை 3, 1972ஆம் ஆண்டு கும்பகோணத்தில் திருமணம் ஆனது. புலவர் கீரன், ந.முத்துசாமி, சா. கந்தசாமி, க்ரியா ராமகிருஷ்ணன், நா. கிருஷ்ணமூர்த்தி போன்ற முக்கியமான இலக்கிய நண்பர்கள் அவருடைய திருமணத்திற்கு வந்திருந்தார்கள். அவர் மனைவியின் பெயர் சரோஜா. ஞானக்கூத்தன் போல் அவரும் அரசாங்க உத்தியோகமான பிடபுள்யூவில் பணி புரிந்தவர். அவர் மனைவியும் இப்போது உயிருடன் இல்லை. அவருக்கு இரண்டு புதல்வர்கள். ஒருவர் சென்னையில் வசிக்கிறார். இன்னொருவர் சிங்கப்பூரில். ஞானக்கூத்தன் இளமைக்கால வாழ்க்கை எப்படி என்று அவர் இளைய சகோதரர் வாசுதேவனிடம் கேட்டேன். அவர் சொன்ன சில விஷயம் ஆச்சரியமாக இருந்தது. அவற்றை இங்குப் பதிவு செய்ய விரும்புகிறேன்.இதெல்லாம் அவர் திருமணம் நடப்பதற்கு முன்னால் நடந்த நிகழ்ச்சிகள்.

ஞானக்கூத்தன் மஞ்சட்காமாலை நோயால் அவதிப்பட்டபோது சென்னையிலிருந்து அவர் சொந்த ஊரான மயிலாடுதுறைக்கு 3 மாதங்கள் ஓய்வெடுக்க வந்திருந்தார்.

அப்போது அவருடைய விளையாட்டுத் தோழர்கள் புலவர் கீரன், சாரநாதன் கோபாலன். ஆரம்பத்தில் கீரனுக்கு ஞானக்கூத்தன் தமிழ் கற்றுக் கொடுத்தார். மூவரும் தெருவில் விளையாடுவார்கள். பொருளை ஒளித்துக் கண்டுபிடிக்கும் விளையாட்டை விளையாடுவார்கள்.

ஞானக்கூத்தன் ஒரு ஓவியரும் கூட. அவருடைய ஓவியத்தில் ஒரு சில இந்தப் புத்தகத்தில் சேர்த்திருக்கிறேன். ஒரு சமயம் அதிலேயே அவர் கவனத்தைச் செலுத்தியிருந்தால், பெரிய ஓவியராகக் கூட மாறியிருப்பார்.

3. ஞானக்கூத்தனின் படைப்புலகம்

ஆரம்பத்தில் ஞானக்கூத்தன் 'எழுத்து' பத்திரிகைக்குத் தான் தன் கவிதைகளை அனுப்பினார். ஆனால் 'எழுத்து' அவருடைய கவிதைகளைப் பிரசுரம் செய்யவில்லை. ஞானக்கூத்தன் ஒரு நேர் பேச்சில் இதை என்னிடம் கூறியபோது எனக்கு ஆச்சரியமாக இருந்தது. சி சு. செல்லப்பா மீது கோபம் வந்தது. ஞானக்கூத்தனின் திறமையை சி.சு. செல்லப்பா அறியவில்லை. 'எழுத்து' பத்திரிகையில் அறிமுகப்படுத்தாவிட்டாலும் ஞானக்கூத்தன் வித்தியாசமான கவிஞர். புதுமையான கவிஞர். அவர் கவிதைகளை நாம் வாசிப்பது மூலமாக இதை நிச்சயமாக உணரலாம்.

ஞானக்கூத்தன் கவிதைகள் உண்மையாகவே சி மணி ஆரம்பித்த 'நடை' பத்திரிகை மூலமாகத்தான் முதன் முதலாக பின்னாளில் வெளிவந்தன. வெளிவந்த சமயத்தில் எல்லா இடங்களிலும் ஞானக்கூத்தன் பற்றியே பேச்சாக இருந்தது.

ஞானக்கூத்தன் கவிதைகளில் அப்படி என்ன விசேஷம்? கவிதையில் அவர் கையாளும் மொழி. வாசகனைப் பிடித்து இழுக்கும் வித்தியாசமான அம்சம். இது அவர் கவிதைகளை மற்றவர்களிடமிருந்து வேறு படுத்துகிறது. உதாரணமாக :

'சைக்கிள் கமலம்' என்ற கவிதையைப் பார்ப்போம்.

அப்பா மாதிரி ஒருத்தன் உதவினான்
மைதானத்தில் சுற்றிச் சுற்றி
எங்கள் ஊர்க் கமலம் சைக்கிள் பழகினாள்

தம்பியைக் கொண்டு போய்ப்
பள்ளியில் சேர்ப்பாள்
திரும்பும் பொழுது கடைக்குப் போவாள்

கடுகுக்காக ஒரு தரம்
மிளகுக்காக மறு தரம்
கூடுதல் விலைக்குச் சண்டை பிடிக்க
மீண்டும் ஒரு தரம் காற்றாய்ப் பறப்பாள்

வழியில் மாடுகள் எதிர்ப்பட்டாலும்
வழியில் குழந்தைகள் எதிர்ப்பட்டாலும்
இறங்கிக் கொள்வாள் உடனடியாக

குழந்தையும் மாடும் எதிரப்படா வழிகள்
எனக்குத் தெரிந்து ஊரிலே இல்லை

எங்கள் ஊர்க்கமலம் சைக்கிள் விடுகிறாள்
என் மேல் ஒருமுறை விட்டாள்
மற்றபடிக்குத் தெருவில் விட்டாள்.

'சைக்கிள் கமலம்' என்ற கவிதையில் வண்டி ஓட்டுவது பற்றி கூறிக்கொண்டு வந்தவர், ஒரு வரியில். 'என் மேல் ஒருமுறை விட்டாள்' என்று வரும்.

ஞானக்கூத்தனைப் பற்றி யாராவது பேச வந்தால் ஞானக்கூத்தனின் சில கவிதைகளை யாராலும் சொல்லாமல் இருக்க முடியாது. நான் அப்படிக் குறிப்பிடப் பட வேண்டிய அவருடைய கவிதைகளின் பட்டியலை இங்குத் தர விரும்புகிறேன். பிரச்னை, பரிசல் வாழ்க்கை, கீழ் வெண்மணி, விட்டுப்போன நரி, நாய், காலவழுவமைதி, யோஜனை, தோழர் மோசிகீரனார், மஹ்ஹான் காந்தி மஹ்ஹான், கொள்ளிடத்து முதலைகள், வெங்காயம், வகுப்புக்கு வரும் எலும்புக் கூடு. இப்படி ஞானக்கூத்தனின் பல கவிதைகளை எடுத்துச் சொல்லிக்கொண்டே போகலாம். மேலும் என்னுடைய பல நண்பர்கள் அவருடைய கவிதைகளை ஒப்பிப்பார்கள்.

ஆரம்பத்தில் உள்ள அவர் கவிதைகளில் இசையின் நுட்பத்துடன் கூடிய செய்யுள் வடிவம் தென்படும். படிப்பவரைக் கவர்ந்திழுப்பதோடு அல்லாமல், ஞாபகம் வைத்துக்கொள்ளும்படியான வரி அமைப்பைக் கொண்ட கவிதை வரிகள். இப்படி எழுதுவது ஞானக்கூத்தன் ஒருவருக்கே சாத்தியமானது.

ஞானக்கூத்தன் கம்பராமாயணத்தில் ஆழ்ந்த ஞானம் உடையவர். நாள் முழுவதும் கவிதைக்காகவே வாழ்ந்தவர். கவிதைகள் எழுதுவதோடல்லாமல் மற்றவர்கள் கவிதைகளையும் விமர்சிப்பவர். 'கவிதைக்காக' என்ற நூலில் கவிதைகள் குறித்து சர்ச்சை செய்துள்ளார்.

இப்படிப் போகும் இந்தக் கவிதை. இக் கவிதையைப் படிக்கும்போது நமக்கு நாட்டுப்புறப் பாடலை படிக்கும் எண்ணம் ஏற்படும். 'மருதம்' என்ற கவிதையை வாசிக்கும்போதும் நமக்கு அந்த எண்ணம் ஏற்படும்.

> ஊருக்கெல்லாம் கோடியிலே
> முந்திரிக்கொல்லே
> உக்காந்தால் ஆள்மறையும்
> முந்திரிக்கொல்லே

என்றெல்லாம் தாளம் போடுகிற மாதிரி இக் கவிதை வரும் ஆரம்பத்தில் ஞானக்கூத்தன் நாட்டுப்புற பண்ணில் தன்னை ஈடுபடுத்திக்கொண்டு கவிதைகளிலும் அது மாதிரியான தன்மையைக் கொண்டு வந்துள்ளார். இத் தொகுப்பைப் பார்க்கும்போது மூன்று வரிகள் கொண்ட கவிதைகள் அதிகமாக எழுதி உள்ளார். திராவிட ஆட்சி வந்த புதியதில் அவர் எழுதிய 'காலவழுவமைதி' என்ற கவிதை பலத்த விமர்சனத்திற்குட்பட்டது. 'தமிழ்' என்ற கவிதை பலத்த சர்ச்சைக்கு உள்ளான ஒன்று.

சரி, ஞானக்கூத்தன் கவிதைகள் எப்படி உள்ளன என்பதைப் பார்க்கப் போனால், அவர் சொன்ன ஒரு விஷயத்தை ஞாபகத்தில் கொள்ள வேண்டும். 'ஞானக்கூத்தன் கவிதைகள்' என்ற புத்தகத்தில் அவர் இப்படி எழுதி உள்ளார்.

'புதுக்கவிதைகளில் இரண்டு போக்குகள் உண்டு. ஒன்று புதுக்கவிதையின் தந்தை ந. பிச்சமுர்த்தியினுடையது. இரண்டாவது மயன் என்ற பெயரில் எழுதிய கநாசுப்ரமண்யம் அவர்களுடையது. 'இவ்விருவரையும் நான் அறிந்திருக்கிறேன்., இருவருமே என் கவிதைகளில் ஈடுபாடுடையவர்களாக இருந்தனர்' என்று ஞானக்கூத்தன் குறிப்பிடுகிறார். ந. பிச்சமூர்த்தியினுடைய வழி செய்யுள் வடிவில் உள்ள மரபார்ந்த வழி. க.நாசுவின் வழியோ உரைநடை வழி. இருவரும் தமிழ்க் கவிதைக்கு முக்கிய பங்காற்றியவர்கள்.

'தேரோட்டம்' என்ற கவிதையை இங்கு நான் குறிப்பிட விரும்புகிறேன். இரண்டு பக்கங்கள் கொண்ட அக் கவிதையில் சில பகுதிகள் மட்டும் இங்குத் தர விரும்புகிறேன்.

காடெ கோழி வெச்சுக்
கணக்காக கள்ளும் வெச்சு
சூடம் கொளுத்தி வெச்சு
சூரன் சாமி கிட்ட
வரங்கேட்டு வாரீங்களா

உதாரணமாகத் 'தமிழ்' என்ற கவிதை : 'எனக்கும் தமிழ்தான் மூச்சு, ஆனால், பிறர்மேல் அதைவிட மாட்டேன்' என்கிறார். இன்னொரு கவிதையான 'சமூகம்' என்ற கவிதையில் 'சமூகம் கெட்டுப் போய்விட்டதடா, சரி சோடாப் புட்டிகள் உடைக்கலாம் வாடா' என்கிறார். பொதுவாக அவர் கவிதைகளில் சமூக அக்கறை, தத்துவார்த்த சிந்தனை என்றெல்லாம் உண்டு. எல்லாக் கவிதைகளிலும் எள்ளல் உணர்வோடு எழுதி உள்ளார். 'விடுமுறை தரும் பூதம்' என்ற கவிதையை எடுத்துக்கொண்டால், அதன் எள்ளல் தன்மை நம்மை ஆச்சரியப்படுத்தும். 'ஞாயிறு தோறும் தலைமறைவாகும் வேலை என்னும் ஒரு பூதம்' என்கிறார். எள்ளல் தன்மையுடன் ஆரம்பிக்கும் இக் கவிதை சற்று கடுமையாகப் போய் முடிகிறது. அவருக்குப் பணிபுரிவது ஒரு கசப்பான அனுபவமாக இருந்திருக்கிறது.

ஞானக்கூத்தன் எப்படியெல்லாம் கற்பனை செய்து கவிதை எழுதுவார் என்பதை யாராலும் ஊகிக்க முடியாது.

உதாரணமாக 'சில கோரிக்கைகள்' என்ற கவிதையைப் படித்தால் முதலில் இப்படி ஆரம்பிக்கிறார் 'கட்டப் போகும் மாளிகை' எனக்குத்தான் என்கிறாய் என்று. பின் முடிக்கும்போது இப்படிச் சொல்கிறார். இப்போதைக்கொன்று சொல்கிறேன். பொத்துப் பொத்தென்று நம்பிக்கை மூட்டைகளை இப்படித் தட்டாதே. மாவு பறக்கிறது பார்வைப் பிரதேசத்தில் என்கிறார். அவருடைய வாழ்க்கை மிகச் சாதாரண வாழ்க்கை. இருப்பதற்குச் சொந்த இடம் கூட இல்லாமல் வாழ்ந்த வாழ்க்கை. ஆனால் கட்டப் போகும் மாளிகையைப் பற்றி வேண்டுமென்ற கவிதை எழுதுகிறார். அதில் தென்படுகிற அங்கத சுவையைப் பற்றி விவரிப்பது. படித்துத்தான் இதை உணர முடியும். அவர் கவிதைகளை விமர்சிப்பவர் அவருடைய ஆரம்பக் காலக் கவிதைகளையே குறிப்பிடுவார்கள். ஏனென்றால் யாரும் முழுவதுமாக கவிதைகளைப் படிப்பதில்லை. ஆரம்பக் காலத்திலிருந்து கவிதைகளைப் பற்றியே சிந்தித்து கவிதைகளை எழுதி இருக்கிறார் ஞானக்கூத்தன். சமீபத்தில் வந்த அவர் தொகுதியைப் பார்க்கும்போது கவிதைத்தன்மையை எந்த அளவிற்குச் சுலபமாக மாற்றி உள்ளார் என்பதைக் கண்டு கொள்ளலாம்.

அவர் தேர்ந்தெடுத்த கவிதைகளில் சமீபத்தில் வந்த 'இம்பர் உலகம்' என்ற அவர் கவிதைத் தொகுதியைப் படிக்கும்போது க.நா.சு பாணியில் இன்னும் கவிதையை எளிதாக மாற்றி விட்டார். உதாரணமாக ஒரு கவிதையை இங்குக் கூற விரும்புகிறேன்.

இக் கவிதையின் தலைப்பு : 'கணுக்காலில் கொஞ்சம் வீக்கம்'.

எனக்குத் தெரிந்த டாக்டர் ஒருவர்
நாற்பது வயதுக்காரர்
ஊழல் ராமசாமித் தெருவில் சற்று
பெரியதாய் க்ளினிக் வைத்திருந்தார்
ஒரு மின்விசிறி
இரண்டு பெஞ்ச்சுகள்

இரண்டு வரிசைகள்
டோக்கன் கொடுக்க ஒரு மடந்தை
அவர் சொன்னார்
நோயாளிகள் சிலபேர் அவரைத்
தொலைபேசியில் கூப்பிட்டுத் திட்டுவார்களாம்
படிச்சுதான் கிடைத்ததா டாக்டர் பட்டம் என்பார்களாம்
நீ சொன்ன மாத்திரையைத் தின்றதும்
வலது கணுக்காலில் வீக்கம் வந்ததென்பார்களாம்
ஆபிரேஷனுக்குக் குறித்த நாளை
மாற்றச் சொல்லிக் கேட்டுக் கொள்வார்களாம்
ஏனென்று கேட்டால்
நாலு சாமியைக் கும்பிட்டால்தானே
உங்கள் கையில் ஆபரேஷன் செய்யலாம்
என்று திருப்பதி பயணத்தைக் கூறுவார்களாம்
டாக்டர் முன்பு உட்கார்ந்திருந்தேன்
வலது கணுக்காலில் வீக்கம் என்றேன்
என்றிலிருந்து வீக்கம் என்றார் டாக்டர்
நீங்கள் எழுதிக் கொடுத்த மாத்திரையைத்
தொடங்கிய பிறகுதான் டாக்டர் என்றேன்.

ஒரு விதத்தில் இந்தக் கவிதையைப் படிக்கும்போது நகைச்சுவை உணர்வோடு சொல்லியிருப்பதுபோல் தோன்றும். ஆனால் உண்மையில் டாக்டர்களைப் பற்றிய நம் பயத்தை ஆழமாகச் சித்திரமாகத் தீட்டியிருப்பதாகத் தோன்றுகிறது. இதில் சில வரிகளைப் படிக்கப் படிக்க சிரிப்பு தானாகவே நமக்கு வரும். அதாவது 'டோக்கன் கொடுக்க ஒரு மடந்தை,' என்கிறார். மடந்தை என்ற சொல்லின் எள்ளலைக் கவனிக்க வேண்டும். பெரியதாய் க்ளினிக் வைத்திருந்தார் என்று சொல்லிவிட்டு ஒரு மின்விசிறி, இரண்டு பெஞ்ச்சுகள், இரண்டு வரிசைகள் என்கிறார். இத் தொகுதியில் சமகால படைப்பாளிகளை அவர் கிண்டலடித்ததுபோல் யாரும் அடித்திருக்க முடியாது.

பொய்த் தேவு என்ற கவிதை

சைக்கிள் ரிக்ஷாவில் தன்னுடைய
கனமான உடம்புடன் ஏறி
அமர்ந்து கொண்டார் க.நா.சு
திருவல்லிக்கேணி பெரிய தெருவில்
நல்லியக் கோடன் பதிப்பாலயம் இருந்தது
தேவாலயத்தைக் காட்டிலும்
புத்தகாலயத்தைப் போற்றிய க நா சு
பதிப்பாலயம் நோக்கிப் புறப்பட்டார்
நாவலுக்கான ராயல்டி
கிடைக்கு மானால் என்னென்ன
செய்யலாம் என்று கணக்கிட்டார்
எதுவும் உருப்படியாய்த் தோன்றவில்லை
கோயம்புத்தூர் கிருஷ்ணயர் கடையில்
கோதுமை அல்வா கொஞ்சமும்
பின்னி மில்ஸ் போர்வை ஒன்றும்
வாங்க முடிந்தால் நன்றாயிருக்கும்
பணத்தை அவளிடம் கொடுத்தால் போதும்
அதற்கே அவள் கண்ணீர் விடுவாள்
சிலப்பதிகாரத்தைப் புரட்டினால்
நல்லதென்று மனம் சொல்லிற்று
என்ன விலையோ இப்போது?
ரிக்ஷாவை விட்டிறங்கினார் க. நா. சு
ஜிப்பா பையைத் துழாவி
காசுகள் சிலவற்றைக் கண்டெடுத்து
டீ குடித்துவிட்டு வா என்றார்

ரிக்ஷாகாரனை அனுப்பிவிட்டுப்
பதிப்பாலயம் போக
உடம்பைத் திருப்பினார். அங்கே
புரட்சிக் கவிஞர் நிற்கிறார்
என்னுடன் போஸ்ட் ஆபிஸ் வாரும்
மணியார்டர் வாங்கணும்
ஆள் அடையாளம் காட்டணும்.

நிறைய கடிதங்கள்
ரைட்டர், பொயட் - க்ரிடிக் என்று
திருப்பப் பட்ட கடிதங்கள் வந்ததால்
க நா சுவுக்கு போஸ்ட்மேன் நண்பரானார்
நல்லியக் கோடனை மறந்து
புரட்சிக் கவிஞருடன் போனார்
கவிஞர் பணத்தைப் பெற்றுக் கொண்டார்
பக்கத்துத் தேநீர்க் கடையில்
தேநீர் வாங்கித் தந்தார்
இருவரும் தெருவில் நின்று பருகினர்
புரட்சியும் அமைதியும் அப்புறம்
தங்கள் தங்கள் வழியே போயினர்

ஞானக்கூத்தன் என்ற கவிஞரின் கவிதைகளை நாம் ஆராய்ந்து பார்த்தோமானால் முதலில் அவர் நேசித்த பழந்தமிழ் பாடல்கள், கம்பராமாயணம், நாட்டுப்புறப் பாடல்களின் வாக்கிய அமைப்பு போன்றவை அவர் கவிதை ஆக்கத்திற்குப் பெரிதும் உதவின. பின்னால் அவர் கவிதைகள் மூலம் கதைகள் சொல்ல ஆரம்பித்தார். 'அங்கம்மாளின் கதை,' 'கந்திற் பாவை,' 'நேபாளிக் கிழவி' 'அகம்பன் மற்றும் நிகம்பன்' என்று பல கதை வடிவான கவிதைகளையும் உதாரணம் காட்ட முடியும். பின் அவர் சந்தித்த நண்பர்கள்,

எழுத்தாளர்களை வைத்து அவர் எழுதிய கவிதைகள் வித்தியாசமாக யோசிக்க வைக்கின்றன. நம் வாழ்க்கையில் தென்படும் எளிதான அவலத்தை அங்கத உணர்வோடு ரசித்தபடியே எடுத்துச் சொல்கிறார்.

ஆரம்பத்திலிருந்து தற்போது வந்துள்ள அவர் கவிதைகளை வாசிக்கும்போது கவிதை எழுதும் முறையை அவர் எப்படியெல்லாம் மாற்றிக்கொண்டு வந்திருக்கிறார் என்பதை அறிய முடியும். அவருடைய எல்லா கவிதைகளிலும் அடிநாதமாக ஒளிந்து கொண்டு இருப்பது அவருடைய அங்கத உணர்வு. அதனால்தானோ என்னமோ அவர் கவிதைகளை எப்போதும் படித்துக் கொண்டிருக்கலாம் என்று தோன்றுகிறது.

❖

4. ஞானக்கூத்தனும் சிறுபத்திரிகைகளும்...

i) கசடதபறாவில் ஞானக்கூத்தனின் பங்கு

அக்டோபர் 1970 ஆண்டு 'கசடதபற' என்ற ஒரு வல்லின ஏடு வெளிவந்தது . முதல் ஏட்டின் தலையங்கத்தில் இவ்வாறு குறிப்பிடப்பட்டிருந்தது.

"இலக்கியப் படைப்புகளின் மூலமாக இந்த ஏடு என்னென்ன சாதிக்கப்போகிறது என்று பட்டியல் ஏதும் தருகிற உத்தேசம் இல்லை. இன்றைய படைப்புகளிலும், அவற்றைத் தாங்கி வருகிற பத்திரிகைகளிலும் தீவிர அதிருப்தியும் அதனால் கோபமும் உடைய பல இளம் எழுத்தாளர்கள், கவிஞர்கள், ஓவியர்கள், திறனாய்வாவார்களின் பொது மேடைதான் 'கசடதபற.'

ஊதிப் போன சுய கௌரவங்களாலும், பிதுங்கிய பார்வைகளாலும் இவர்கள் பாதிக்கப்படாதவர்கள். அரசியல், சமயம், மரபு இவை சம்பந்தப்பட்ட ஒழுக்கங்களுக்கு வாரம் தவறாமல் தோப்புக்கரணம் போடுபவர்கள் யாரும் இவர்களில் இல்லை. இலக்கியத்தை அதுவாகவே பார்க்கத் தனித் தனியே தங்களுக்குப் பயிற்சி நிரம்பப் பெற்று பிறகு சேர்ந்து கொண்டவர்கள் இவர்கள். உலகின் இதர பகுதியின் இலக்கியத்தில் நிகழ்வனவற்றைக் கூர்ந்து கவனிப்பதிலும், தமிழ்ச் சிந்தனையில் புதிய கிளர்ச்சிகளை இனம்கண்டு கொள்வதிலும் இவர்கள் தேர்ந்தவர்கள். பலகாலமாகவும், பலராலும் சொல்லப் படுகிறது என்று ஒன்றை ஏற்க மறுப்பதோடு எதையும் விமரிசன ரீதியாகப் பார்க்க வேண்டும் என்று வற்புறுத்துபவர்கள் இவர்கள்.

எழுத்து கலை போலவே, சக கலைகளான ஓவியம் நாடகம் இவற்றிலும் நிகரான ஈடுபாடு உள்ளவர்கள் இவர்கள். இப்படிப்பட்டவர்கள் சேர்ந்து கசடதபறவை உருவாக்கி இருக்கிறார்கள். சொந்த அல்லது வேற்றரசாங்கத்தின் பணம் ஏதும் கொல்லைப்புறமாக இவர்களுக்கு வந்திருக்கவில்லை. அல்லது பை கொழுத்துப்போன ஒருவருடைய இறுதிக் காலத்தியதே போன்ற ஆவலை நிறைவேற்றவோ, கேவலம் சுய விளம்பர நமைச்சலைத் தீர்த்துக் கொள்வதற்காகவோ கசடதபற வந்திருக்கவில்லை. மாறாக, சிந்திக்கிறவனுக்கு இன்றைய உலகம் விடும் அறை கூவல்களை ஏற்றுக்கொள்ள வந்திருக்கிறது. சமூகத்தின் கூட்டுப் பொறுப்பான கலாச்சாரத்தின் ஆழ அகலங்களை, ரகசிய அம்பலங்களை இலக்கியத்தில் காட்டக் கசடதபற வந்திருக்கிறது. புதிய எழுத்தாளர்கள், கவிஞர்கள், கட்டுரையாளர்களை வரவேற்கக் கசடதபற பெரிதும் விரும்பும். எதையும் செய்யுங்கள் ஆனால் இலக்கியமாகச் செய்யுங்கள் என்று மட்டுமே கசடதபற சொல்லும். இலக்கியத்தை வைத்துப் பிழைப்பு நடத்துபவர்களைப் பற்றிக் கவலை இல்லை. இலக்கிய ரொட்டியின் எந்தப்பகுதியில் வெண்ணெய் தடவப் பட்டிருக்கிறது என்று ஆராய்பவர்களை பற்றிக் கவலை இல்லை. இலக்கியத்தை வாழ்க்கையின் அனுபவப் பகிர்தலாக, முன்னோட்டமாக்க கருதுபவர்கள் எல்லோரையும் அழைக்கிறது."

கசடதபற முதல் இதழில் ஞானக்கூத்தனின் 'தமிழை எங்கே நிறுத்தலாம்' என்ற கவிதை வெளி வந்துள்ளது. ஒவ்வொருவரும் கவனிக்கப்பட வேண்டிய கவிதை.

ஞானக்கூத்தன் கசடதபற இதழ் பற்றி குறிப்பிடும்போது அதற்கு அந்தப் பெயரைக் கொடுத்து, முதலிதழின் தலையங்கம் எழுதி, தமிழை எங்கே நிறுத்தலாம் என்றொரு கவிதையையும் வெளியிட்டதாகக் குறிப்பிட்டுள்ளார். அதைப்பார்த்து எழுத்தாளர் சுஜாதா தமிழைச் சந்தியில் நிறுத்தாமல் இருந்தால் சரி என்று குறிப்பிட்டுள்ளார்.

பிரபல வணிக இதழான ஆனந்தவிகடனுக்கு எதிர்க் குரலாக கசடதபற ஒலித்தது. அந்த இதழ் வளர்ச்சியில் ஞானக்கூத்தனின் பங்கு முக்கியமானது.

ஆசிரியர் நா.கிருஷ்ணமூர்த்தி என்று அச்சிட்டாலும் அந்த இதழை தயாரித்தவர்களில் ஞானக்கூத்தன், க்ரியா ராமகிருஷ்ணன், சா.கந்தசாமி போன்றவர்களுக்கும் பெரும் பங்குண்டு.

முதல் இதழில் வெளிவந்த ஞானக்கூத்தனின் கவிதையை இங்குத் தர விரும்புகிறேன்.

தமிழை எங்கே நிறுத்தலாம்

வாசன் மகனுக்கென்றால் மட்டும்
அச்சுப் பொறிகள் அடிக்குமோ?
முத்துச்சாமி போன்றவர் சொன்னால்
மாட்டே னென்று மறுக்குமோ?

காசுகள் ரெண்டு கையிலிருந்தால்
எதையும் எங்கும் நிறுத்தலாம்
காசு படைத்தவன் தமிழைக் கொண்டுபோய்
எங்கெல்லாமோ நிறுத்தினான்

புலவர் பலரும் தமிழை இறுக்கிக்
குகைக்குள் கொண்டு தள்ளினார்
குறளால் சிலம்பால் புறத்தால் அகத்தால்
கண்ணைக் கண்ணைக் கட்டினர்

குகைகயிலிருந்து தமிழைக் கண்டு
குமுதம் கட்டிக் கொண்டதும்
சுப்ரதீபக் கவிஞர்களெல்லாம்
வஜ்னம் எழுதிக் களிக்கிறார்

தொழில்மய மாகத் திருமணமாகக்
காளைகள் சுற்றும் நாட்டிலே
அவர்களுக் கென்றே ஏடு நடத்துவோர்
மூட்டை அவிழ்த்துத் தருகிறார்

வேற்று நாட்டுச் சரக்குகளோடு
உள்ளூர்ச் சரக்கை ஒப்பிட்டால்
தலையில் தலையில் அடித்துக் கொண்டால்
தேவலாம் போல இருக்குது.

மோச மின்னும் போவதற்குள்ளே
வித்தைக்காரர் வரவேண்டும்
வித்தை தெரிந்த எழுத்துக் கலைஞர்
விலகி நிற்கக் கூடாது

வித்தை தெரிந்தவர்க் கெல்லாமின்று
வேலை இருக்குது பலவாக.
நம்
கையிலும் ரெண்டு காசுகளுண்டு
இனி
தமிழை எங்கே நிறுத்தலாம்.

ஞானக்கூத்தன் கவிதை எழுதும் திறமை படைத்திருந்தாலும் அவருடைய படைப்புகள் எல்லாம் கசடதபற இதழ் மூலமாகத்தான் தொடர்ந்து ஆரம்பமாகிறது.

கசடதபற இரண்டாவது இதழில் 'எறும்புகளும் நெருப்பும்' என்ற குட்டிக் கதையை மொழி பெயர்த்திருக்கிறார். இதை எழுதியவர் 'அலெக்ஸண்டார் ஸல்ஜெனிட்ஸின்'. தமிழில் : ரங்கநாதன் என்று உள்ளது. ஞானக்கூத்தனின் இயற்பெயர் ரங்கநாதன்.

அந்த இதழில் 'நோபல் பரிசும் மார்க்சியப் பரிசும்' என்ற கட்டுரை எழுதி உள்ளார்.

டிசம்பர் 1970ஆம் ஆண்டு கசடதபற இதழில் ஞானக்கூத்தனின் 'மஹ்ஹான் காந்தீ மஹ்ஹான்' என்ற கவிதை பிரசுரமாகியிருந்தது. அந்தக் கவிதை அட்டையிலேயே பிரசுரம் செய்திருந்தார்கள். பாரதியாரின் பாடலை டுவிஸ்ட் செய்து எழுதி உள்ளார். அந்தக் கவிதையை இங்குப் படிக்க அளிக்கிறேன்.

எழுந்ததும் கனைத்தார்; மெல்ல
சொற்பொழி வாற்றிலானார்;

வழுக்கையைச் சொறிந்தவாறு
'வாழ்க நீ எம்மான்' என்றார்;

மேசையின் விரிப்பைச் சுண்டி
'வையத்து நாட்டில்' என்றார்;

வேட்டியை இறுக்கிக் கொண்டு
'விடுதலை தவறி' என்றார்.

பெண்களை நோட்டம் விட்டு
'பாழ்பட்டு நின்ற' என்றார்;

புறப்பட்டு நான் போகச்சே
'பாரத தேசம்' என்றார்;

'வாழ்விக்க வந்த' என்னும்
எஞ்சிய பாட்டைத் தூக்கி
ஜன்னலின் வழியாய்ப் போட்டார்
தெருவிலே பொறுக்கிக் கொள்ள

இந்தத் தலைப்பிலேயே ஒரு நையாண்டித்தனம் தருகிறது. காந்தியைப் பற்றி ஒரு மேடைப் பேச்சாளன் பேசுகிறான். பாரதி பாட்டில் காந்தியைப் பற்றிக் குறிப்பிட்டதைச் சொற்பொழிவான் வாயிருந்து கிண்டலாக ஒலிக்கிறது.

'வாழ்க நீ எம்மான்' என்று சொல்லும் சொற்பொழிவாளன் தன்னுடைய வழுக்கையைச் சொறிந்து கொள்கிறான். காந்தியை வாழ்த்தும்போது கூட சொற்பொழிவானுக்குத் தான் வாழ்த்துகிறோம் என்று புரியவில்லை.

பெண்களைப் பார்த்தவுடன் பாழ்பட்ட நின்று என்று சொல்கிறான். வாழ்விக்க வந்த என்ற எஞ்சிய பாட்டை ஜன்னல் வழியாகப் போடுகிறார் தெருவில் யாராவது பொறுக்கிக் கொள்ள.

ஜூலை 1971 பத்தாவது இதழ் கசடதபறவில் ஞானக்கூத்தனின் 'அம்மாவின் பொய்கள்' என்ற கவிதை பிரசுரமானது. இதுவும் முக்கியமான கவிதை. அந்தக் கவிதையை இங்குக் குறிப்பிடுகிறேன்.

அம்மாவின் பொய்கள்

பெண்ணுடன் சினேகம் கொண்டால்
காதறுந்து போகும் என்றாய்

தவறுகள் செய்தால் சாமி
கண்களைக் குத்தும் என்றாய்

தின்பதற் கேதும் கேட்டால்
வயிற்றுக்குக் கெடுதல் என்றாய்

ஒருமுறத் தவிட்டுக்காக
வாங்கினேன் உன்னை என்றாய்

அத்தனைப் பொய்கள் முன்பு
என்னிடம் சொன்னாய் அம்மா

அத்தனைப் பொய்கள் முன்பு
சென்ன நீ எதனாலின்று
பொய்களை நிறுத்திக் கொண்டாய்

தவறு மேல் தவறு செய்யும்
ஆற்றல் போய் விடடதென்றா?
எனக்கினி பொய்கள் தேவை
இல்லையென் றெண்ணினாயா?

அல்லது வயதானோர்க்குத்
தகுந்ததாய்ப் பொய்கள் சொல்லும்
பொறுப்பினி அரசாங்கத்தை
சார்ந்ததாய்க் கருதினாயா?

தாய்ப்பாலை நிறுத்தல் போலத்
தாய்ப் பொய்யை நிறுத்தலாமா?

உன்பிள்ளை உன்னை விட்டால்
வேறெங்குப் பெறுவான் பொய்கள்?

எதற்கெடுத்தாலும் பொய் சொல்லிக்கொண்டே வருகிற அம்மா பொய்யை நிறுத்தி விட்டாள். பையன் வளர்ந்து விட்டானென்று பொய் சொல்வதை நிறுத்தி விடுகிறாள். அல்லது வயதானோர்க்குத் தகுந்ததாய்ப் பொய்கள் சொல்லும்/ பொறுப்பினி அரசாங்கத்தை சார்ந்ததாய் கருதினாயா? என்ற வரிகள் வரும்போது பையன் வளர்ந்து விட்டான். என்ன சொன்னாலும் கேட்க மாட்டான் என்று அம்மா நினைக்கிறாள். உன்னைவிட்டால் நான் எங்கே பெறுவேன் பொய்களை என்கிறான் பையன்.

1971ஆம் ஆண்டு இதுமாதிரி கவிதைகளை எழுதி ரொம்பவும் புகழ் பெற்றுவிட்டார். அந்தக் காலத்தில், ஏன் இப்போது கூட, இதுமாதிரியாக கவிதைகள் யோசிக்க யாருமில்லை என்றுதான் சொல்ல வேண்டும்.

ஞானக்கூத்தன் கவிதைகளைப் படித்துவிட்டு சுப்பிரமணி ராஜு என்ற எழுத்தாளர் ஏப்ரல் 1971 ஆம் கசடதபற இதழில், 'இந்த ஞானக்கூத்தனை நேரே பார்த்து கையைக் குலுக்க வேண்டும் என்பது வெகு நாளைய ஆசை. அதுவும் இந்த மாச அட்டைக் கவிதையை பார்த்தபிறகு அதிக ஆசை,' என்று எழுதியிருக்கிறார்.

மார்ச்சு 1971ல் வெளிவந்த 'அன்று வேறு கிழமை' என்ற அட்டைக் கவிதைதான் அது.

நிழலுக்காய் பாடையின் கீழ்
பதுங்கிப் போச்சு நாயொன்று

பதுங்கிச் சென்ற நாய்வயிற்றில்
கிழக்குக் கோடிப் பிணந்தூக்கி
காலால் உதைத்தான். நாய் நகர

மேற்குக் கோடிப் பிணந்தூக்கி
எட்டி உதைத்தான். அதுநகர
தெற்குக் கோடிப் பிணந்தூக்கி
தானும் உதைத்தான். அதுவிலக
வடக்குக் கோடிப் பிணந்தூக்கி
முந்தி உதைத்தான். இடக்கால்கள்
எட்டா நிலையில் மையத்தில்
பதுங்கிப் போச்சு நாய்ஒடுங்கி

நான்கு பேரும் இடக்காலை
நடுவில் நீட்டப் பெரும்பாடை
நழுவித் தெருவில் விழுந்துவிட

ஓட்டம் பிடித்து, அவர் மீண்டும்
பாடை தூக்கப் பாடையின் கீழ்
பதுங்கிப் போச்சு நாய் மீண்டும்

இது அபத்தக் கவிதையின் வகையைச் சேர்ந்தது.

கசடதபற 12 இதழ்களில் அக்டோபர் 1970லிருந்து 1971ஆம் ஆண்டு செப்டம்பர் வரை. ஞானக்கூத்தன் கவிதைகள், புத்தக விமர்சனம், மொழிபெயர்ப்பு கவிதைகள் என்றெல்லாம் தன் பங்கை வெளிப்படுத்தி உள்ளார்.

ii) ‘ழ’ இலக்கியச் சிற்றேட்டில் ஞானக்கூத்தனின் பங்கு

1978ஆம் ஆண்டு மே 1978 ல் ‘ழ’ என்ற பத்திரிகை வெளிவந்தது. இதன் ஆசிரியர் ஆத்மாநாம் என்பவர். இப் பத்திரிகை ஆத்மாநாம் ஆசிரியப் பொறுப்பில் வந்தாலும் இதை வழி நடத்திச் சென்றவர்களின் முக்கியப் பங்கை வகித்தவர் ஞானக்கூத்தன். இது ஒரு கவிதைக்கான பத்திரிகை.

முதல் இதழில் ஞானக்கூத்தன் ‘இரண்டு கவிதைகள்’ என்ற பெயரில் எழுதி உள்ளார்.

ஒரு கவிதையைப் பற்றிக் குறிப்பிடுகிறேன்.

என் உலகம்

என் உலகம் சிறியது
அங்கே
மூங்கில் ஆல் ஆன வேலி ஒன்றும்
அந்த வேலியில் இருக்கும் ஓணான் ஒன்றும்
உண்டு;
குச்சிப் பூச்சியும் ஒன்றுண்டதிலே
வீட்டுக்கும் இல்லை;
வீட்டுப் பக்கம் வளர்ந்து
கனியாத மரத்துக்கும் இல்லை வேலி
வேலியைப் போட்டதும் நானில்லை

மரத்தைப் பற்றி கூறினேன் அல்லவா?

இன்னும் ஒன்றைச் சொல்லணும்

மரத்தின் கிளையில் தொங்கும்
கூடொன்றுண்டு பழங்கூடு

இத்தனை சொன்ன பின் எனது
உலகம் எப்படிச் சிறிய தென்று
யாரேனும் என்னைக் கேட்கக் கூடுமோ

எனது உலகம் சிறியது
ஒணானும் குச்சிப் பூச்சியும்
வேலிப் படலில் காணாத போது நான்
கூட்டுக்குப் போய்விடுவேன் ஏனென்றால்
அங்கே எனக்குச் சூரியன்
அந்தியைக் கூட்டுவான் அணுவளவாக

இந்தக் கவிதையை மேலோட்டமாகப் படித்தால் எனது உலகம் சிறியது என்ற கூற்று யாருடையது என்று புரியாது. இந்தக் கவிதையின் கடைசி வரி சூரியன் அந்தியைக் கூட்டுவான் அணுவளவாக என்று படிக்கும்போது கூடு கட்டி வாழும் ஒரு பறவைச் சொல்வது போல் அமைந்துள்ளது.

கவி குரலோன் ஒரு பறவையின் பார்வையில் கவிதையைச் சொல்கிறார். இக் கவிதை 'ழ' மே மாதம் இதழில் வந்தது. 'ழ' பத்திரிகை மொத்தமே 28 இதழ்கள்தான் வந்தன. பத்தாண்டுகளில்.

'ழ' வில் அவர் கவிதைகள் மட்டும் எழுதவில்லை. மொழிபெயர்ப்பும் செய்திருக்கிறார். 'வைகறையுடன் நலிவோடு' என்ற தலைப்பில் பாப்லோ நெருடா எழுதிய கவிதையை மயானஸ்வாமி என்ற புனைப்பெயரில் மொழி பெயர்த்துள்ளார்.

2வது இதழில் ஞானக்கூத்தன் கவிதையைப் பற்றி ..
சிந்தனை
தெளிவு
சிக்கனம்
ஆனந்தம்
கவிதை என்று.

ஞானக்கூத்தனின் எல்லாக் கவிதைகளும் மேலே குறிப்பிட்டபடி எழுதியிருப்பார். என்ன கவிதை எழுதவேண்டுமென்பதில் சிந்தனை உடையவராக இருப்பார். வார்த்தைகளில் சிக்கனத்தைக் கடைப்பிடித்திருப்பார், கவிதையைச் சொல்வதில் தெளிவாக இருப்பார். மொத்தத்தில் கவிதை எழுதுவதும் படிப்பதும் அவருக்கு ஆனந்தம்தான்.

டிசம்பர் 1978ஜனவரி 1979 வந்த 5வது இதழில் 'வெள்ளை ரோஜா' என்ற தேனரசன் கவிதைகளைப்பற்றி விமர்சனம் செய்துள்ளார் ஞானக்கூத்தன்.

கவிதை விமர்சனம் இந்த இதழில் இரண்டு பக்கங்களுள் அடங்கி விடுகிறது. முதலில் பாராட்டிச் சொன்னாலும் கவிதையில் காணப்படும் குறைகளையும் குறிப்பிடுகிறார். முத்தாய்ப்பாக இறுதி வரியில் தேனரசன் நம்பிக்கை தருகிறார் என்று முடிக்கிறார்.

பிப்பரவரி மே 1979 ழ இதழில் ஞானக்கூத்தனின் பங்களிப்பு ஒரு கவிதை என்ற பெயரில் எழுதியிருக்கிறார்.

இறுகத் திருகியதும்
கழுத்தில் துளித்ததை மனத்தில் கண்டு
எழுது கோலைத் தேடி எடுத்தேன்
போதுமா இன்னும் ஊற்ற வேண்டுமா?
மூடுதல் எளிமை திறப்பது கடினம்
மூடலே கடினமாய் இருக்குமானால்
எளிதாய்த் திறந்து கொண்ட
எழுது கோலின் தொண்டைக்குள்ளே

ஒலிக்காத சொற்கள் போலக்
குமிழிகள்
ஊதிப்பார்த்தேன்
ஊசியால் குத்திப் பார்த்தேன்
குமிழியில் ஒன்று கூட
அதற்கெல்லாம் உடைய வில்லை
ஊற்றினேன் மையை மைமேல்
வந்தது குமிழிக் கூட்டம்
வெளியிலே விழுந்தடித்து
திருகினேன் இறுக்கி அங்கே
கழுத்தில் பனித்தது மனத்தில் கண்டது

எழுதுகோல் மூலம் என்ன எழுதப் போகிறோம் என்பது தெரியாத நிலையில் மனதிலேயே கவிதை இருக்கிறது. எழுதுகோலை இங்க் நிரப்பித் தயார் செய்கிறான். எழுதுகோலின் கழுத்தைத் திருகியதும் குமிழி கூட்டம் வழிந்து வருகிறது. அங்கே கழுத்தில் பனிந்தது மனத்தில் கண்டது என்கிறார்.

எளிமையான வரிகள் கொண்ட கவிதை.

7வது இதழ் 'ழ' வில் (ஜூன் ஆகஸ்ட் 1979) 'திடீரென்று ஆனால்' என்ற கவிதையை ஞானக்கூத்தன் வெளியிட்டுள்ளார்.

'ழ' பத்திரிகையில் ஞானக்கூத்தன் பங்கென்ன என்று யோசித்துப் பார்த்தால் ஆரம்பத்தில் ஒரு கவிதை ஒவ்வொரு இதழிற்கும் பங்களித்திருக்கிறார்.

செப்டம்பர் நவம்பர் 1979ஆம் இதழில் ஆறு கவிதைகள் என்ற தலைப்பில் குட்டி குட்டி கவிதைகளை எழுதி உள்ளார்.

இந்நாள் வரைக்கும்
நானமர்ந்தால்
சப்திக்காத நாற்காலி
எழுந்தால் அமர்ந்தால்

ஓசை எழுப்பத்
தொடங்கிற்று.
நீரை நோக்கிக் குனிந்தால் என்
பிரதிபலிப்பின் சுமை பொறாமல்
அலைகள் விரையும் மறுகரைக்கு
ஒரு ஜீவனுக்கும்
என் பொருட்டால்
துன்பமில்லாத
நாள் மறைந்து
ஒவ்வோரடிக்கும்
ஒரு ஜீவன் மிதிபட்டுக்
கூவக் கண்டேன் என்சிவனே

இது 6 கவிதைகளில் முதல் கவிதை. யாரையும் எந்தக் காரணத்தாலும் துன்பப்படுத்த விரும்பவில்லை என்ற உயர்ந்த கருத்தை இக் கவிதை வெளிப்படுத்துகிறது. ஞானக்கூத்தனின் எந்தக் கவிதையும் அவர் சொன்னது போல் ஆனந்தம் தான் கவிதையை வாசிப்பவருக்குக் கிடைக்கும். இந்த வசீகரத்தன்மை ஞானக்கூத்தனின் எல்லாக் கவிதைகளிலும் காணக் கிடப்பவை.

பாரதிக்குப் பிறகு முக்கியமான கவிஞராக, நான் ஞானக்கூத்தனை நினைப்பதுண்டு.

'அனுபவமும் புற உலகும்' என்ற தலைப்பில் 'திருமலை நம்பி' என்ற பெயரில் ஆர். ராஜகோபாலன் எழுதிய குறிப்பையும் இங்குத் தர விரும்புகிறேன் :

"உணர்வில்லாத மரநாற்காலி நாட்பட்டுப் போனதால் தளர்ந்து கீறிச்சிடுவது இயல்பு. ஆனால் இது கவிஞனைப் பாதிக்கிறது. தன்னுடைய தொடர்ந்த அழுத்தத்தினாலேயே இது நிகழ்ந்திருக்கக்கூடும் என எண்ணுகிறார். ஒருவேளை தான் தற்போதெல்லாம் சிறிது கனமாக இருப்பதாலோ என்றும் யோசனை. இந்த மனநிலையே அலைகள் காற்றினால், மறுகரைக்குப் போவதையும் தன் நிழலின் கனம் பொறுக்க மாட்டாமல் என நினைக்கிறது. இரண்டு மிகச் சாதாரண

நிகழ்வுகள் கவிஞரது மன நிலையில் அனுபவப்படுகின்றன. இரண்டிலும் ஏற்படுகிற சலனமே இந்த அனுபவத்தின் சாரமெனத் தெரிகிறது. இன்னும் யோசிக்கும்போது இச்சலனம் தன்னுடைய இம்சையினாலேயே ஏற்பட்டிருக்கின்றது என்று புரிகிறது. இம்சை தன்னை ஆதிக்கம் கொண்டதாலேயே சிறிய அளவிலென்றாலும் இச்சலனங்கள் ஏற்பட்டிருக்கின்றன. எனவே அனுபவங்களின் உள்ளழகு இம்சையினால் உருவாகிக்க கொண்டிருக்கும் சலனங்களை முன்னும் பின்னும் வரிசைப்படுத்தி, கூர்ந்து கவனிக்கும்போது இம்சை நம்மிலிருந்து உண்டாவதால் மரநாற்காலியும், அலைகளும் நம்மை எதிர்கொள்கின்ற மனிதர்களுக்குக் குறியீடிடாகவே இருக்க முடியும். என்னும்போது கவிதை மனித உறவிலுள்ள சிக்கலைக் குறிப்பதாய், இம்சையினால் ஏற்படும் எதிர் வளைவுகளைத் தெரிவிப்பதாய் அமைகிறது. முடிவாகக் கவிதையின் பொருளைச் சரியாகப் புற உலகிற்குக் கொண்டுவர மதத்திலிருந்தும், புராணத்திலிருந்தும் கவிஞர் எடுத்து ஆளுகிறார். சிவனே என்கிற சொல் பிரயோகம் இந்த இடத்தில் எந்தவிதச் சலனத்தையும் ஏற்படுத்த முடியாது அமைதியைக் குறிக்கும் படியாய் இருக்கிறது. சாதாரணமாய் எல்லோரும் உபயோகிக்கும் விதத்திலேயே இது அறியப்படுகிறது. ஒட்டு மொத்தமாகக் கவிதை இம்சையின் எதிர்விளைவுகளை ரொம்பவும் தீவிரத்துடன் சொல்ல வருவதாய் அமைகிறது.”

இப்போது இரண்டாவது கவிதைக்குப் போகலாம் :

அவருடன் காகிதக் குப்பைச் சுருளொன்று/ அவருக்கிணையாய் விரைந்து வந்தது/ அவரால் அழைத்து வரப்படுவதைப் போல்/ அன்னார் என்னைக் கடந்து சென்றார்/அதுவும் அவரைத் தொடர்ந்து சென்றது/என்னைப் பார்த்துக் கண்சிமிட்டி

இக் கவிதை அதிகாரம் பற்றிக் கூறுகிறது. உண்மையில் அதிகாரத்தை எள்ளி நகையாடுகிறது.

மூன்றாவது கவிதை. ஊர் புகழும் மார்கழியை/ஏன் டிசம்பர்/கைவிட்டுப் போகிறது?

டிசம்பர் மாதத்தில் குளிர் ஆரம்பித்து விடும். அப்போது சிதோஷ்ண நிலை பிரமாதமாக இருக்கும். ஆனால் மார்கழி மாதம் பிறக்கும்போது டிசம்பர் மாதக் குளிர் போய்விடும்.

என் கால்ச் சுவடுகள் மண்ணில் படாதவை?/தண்ணீரில் நான் பிறந்ததால். ஞானக்கூத்தன் இதுமாதிரி அதிகமாகக் கவிதைகள் எழுதி உள்ளார். அவர் இறக்கும் வரை இரண்டு வரி மூன்று வரி கவிதைகள் எழுதிக் குவித்துள்ளார். அவரைப் பொறுத்தவரைக் கவிதைக்கான லட்சணமாகச் சிக்கனம் என்ற சொல்லைப் பயன்படுத்துகிறார். கவிதையை சிக்கனமாக எழுத வேண்டும். மிகக் குறைந்த அளவிலேயே பல அர்த்தங்கள் பொதிந்த கவிதைகள் வரவேண்டுமென்பது அவர் விருப்பமாக இருந்தது.

என் கால்ச் சுவடுகள் மண்ணில் படாதவை எவை? நீரில் வாழ்வனவாக இருக்கும். அவைதான் தண்ணீரில் பிறக்கும் தண்ணீரில் மறையும். அற்புதமான வரிகள்.

என்னை நோக்கி ஒருவர் வந்தார்/எதையோ கேட்கப் போவது போல./கடையா? வீடா? கூடமா? கோயிலா?/என்ன கேட்கப் போகிறாரென்று/எண்ணிக் கொண்டு நான் நின்றிருக்கையில்/அனேகமாய். வாயைத் திறந்தவர் என்னிடம்/ஒன்றும் கேளாமல் சென்றார்./என்ன மாதிரி உலகம் பார் இது.

ஏன் ஒன்றுமே கேட்காமல் போய்விட்டார். இந்தக் கேள்வியைக் கேட்டபடியே ஒருவன் காத்துக் கொண்டிருக்கிறான். நிச்சயமாக நோக்கி வருபவன் கேட்கப் போகிறான் என்று நினைக்கிறான். கடையைப் பற்றிக் கேட்கப் போகிறானா? விடை பற்றியா? என்று ஒவ்வொன்றாய் அடுக்கிக் கொண்டு போகிறான். ஆனால் அவன் எதாவது கேட்க வேண்டுமென்று தோன்றிதான் வாயையும் திறக்கிறான். அனேகமாய் வாயைத் திறந்தவன் ஒன்றும் சொல்ல வேண்டாமென்று போய் விடுகிறான்.

தோழரே நீங்கள் எங்கே/வாழ்கிறீர்?/நாங்களெல்லாம் குழியிலே/அந்தக் குழியும் தோழரே/மாற்றான் தோளுக்கடியிலே.

இந்தக் கவிதை மற்றவர்களைச் சுரண்டி வாழும் போக்கைக் குறிப்பிடுகிறது.

பெரும்பாலும் கவிதைகள் மட்டும் வெளியிடும் 'ழ' பத்திரிகை, அவ்வப்போது தலையங்கம் வெளியிடும். அதைப் பெரும்பாலும் ஞானக்கூத்தனோ மற்றவர்களோ எழுதுவார்கள். குறிப்பாக யார் எழுதுகிறார்கள் என்று தெரியாத தலையங்கம். ஜூலை 1980 வெளிவந்த இதழில் ஒரு தலையங்கம் வெளியிடப்பட்டிருந்தது. 'ழ' இதழ் பல மாத இடைவெளிக்குப் பிறகு வருகிறது என்று குறைபட்டுக்கொண்டு எழுதப்பட்ட தலையங்கம். அதில் முக்கியமாக ஒரு வரி எழுதப்பட்டிருந்தது. பொருளே இல்லாத கோஷங்களைப் பொய் அபிமானங்களில் கலந்து ஒரு காகிதத் தயாரிப்புத் தொழில் போல் கவிதைத் தொழில் புரியக் கும்பல் கும்பலாக நபர்கள் புறப்பட்டிருப்பதை பார்த்துக் கொண்டிருக்க நேர்வது நிச்சயமாக அவஸ்தைதான் என்று எழுதப்பட்டிருக்கிறது. யாரை மனதில் வைத்து எழுதப்பட்டது என்று தெரியவில்லை. அந்த இதழில் ஞானக்கூத்தன் 'காக்கையை எனக்குத் தெரியும்' என்ற அற்புதமான கவிதை பிரசுரமாகியிருந்தது. காக்கையை எனக்குத் தெரியும்/ யாருக்குத்தான் தெரியாது. ஆனால்/இந்தக் காக்கையை எனக்குத் தெரியாது/எனக்கு நேரே ஏதோ என்னிடம்/பேச வந்தாற் போலப் பரபரப்பில்/அமர்ந்திருக்கும் இந்தக் காக்கை/ ஊரில் எனது குடும்பத்தினர்க்கும்/பழக்கமுள்ள காக்கை ஒன்று/ எங்கள் வீட்டுச் சிறிய கரண்டியைத்/தூக்கிக் கொண்டுபோய்ப் பெரிய கரண்டியைப்/பதிலாய் ஒருநாள் முற்றத்தில் போட்டதாம்/இந்தக் காக்கை என்ன செய்யுமோ?/காலும், உடம்பும், கழுத்தின் நிறமும்.../அதற்கும் நவீன உலகம் பழகிவிட்டது/காக்கையின் மூக்கில் மெல்லிய இரும்புக்/கம்பிகள் அடிக்கடி கண்ணில் படுகின்றன/நாற்பது வயதில் மூன்று தடவைகள்/சிறகால் அடித்த அவற்றையே என்னால்/ அடையாளம் கண்டுகொள்ள முடியவில்லை/மீண்டும் ஒருமுறை இந்தக் காக்கை/எனக்கு நேரே வந்தமர்ந்தால்/தெரிந்து கொள்ள முடியுமா என்னால்?/முடியும் என்பது சந்தேகம்தான்/ ஏனெனில் காக்கையை யாரும்/முழுதாய்ப் பார்த்து முடிப்பதில்லை. முதலில் அவர் பார்க்கிற காக்கை அவருக்குப் புரியவில்லை.

ஆனால் ஊரில் அவர் குடும்பத்திற்குப் பரிச்சயமான காக்கையைப் பற்றிச் சொல்கிறார். அது குடும்பத்தினருடன் பழகிய காக்கை. அவர்கள் வீட்டுச் சிறிய கரண்டியைத் தூக்கிக் கொண்டு போய் பெரிய கரண்டியைப் போடும் என்று குறிப்பிடுகிறார். ஆனால் இப்போது பார்க்கும் காக்கையை எத்தனை முறை பார்த்தாலும் அடையாளம் தெரியவில்லை என்கிறார். ஏன் என்றால் காக்கையை யாரும் முழுதாக பார்ப்பதில்லை என்கிறார். இந்தக் கவிதையைப் படிக்கும்போது ஆனந்தம் ஏற்படுகிறது. ழ பத்தாவது இதழில் (செப்டம்பர் 1980) ஞானக்கூத்தன் கவிதையும் களங்கமும் என்ற கட்டுரை வெளிவந்துள்ளது.

'ஒவ்வொரு காலத்திலும் கவிதையைப் பார்வையிலிருந்து மறைக்கும் களங்க மேகங்கள் இருந்து வந்துள்ளன. கவிதையைக் காட்டிலும் களங்கத்தின் ஆயுட்காலம் குறைந்ததாக உள்ளது என்கிறார். கவிதையின் இரட்டை நிலையைப் பற்றிக் குறிப்பிடுகிறார். ஒன்று கவிதையாகவும் மற்றொன்று களங்கமாக இருப்பதாகக் குறிப்பிடுகிறார். இதற்கு சில கவிதைகளை உதாரணமாகக் குறிப்பிடுகிறார்.

பிப்ரவரி 1981ல் வெளிவந்த (14வது இதழ்) ஞானக்கூத்தன் 'மூலைகள்' என்ற கவிதை வந்துள்ளது. பூமியிலிருந்து/சூரியன் வரைக்கும்/அடுக்கிக் கொண்டு/போகலாம்/உலகில் உள்ள/ மூலைகளை எல்லாம்/கணக்கெடுத்தால்./இருந்தும் மூலை/எல்லாருக்கும்/சரிசமமாக்க/கிடைப்பது கிடையாது/ தனக்கொரு மூலை/கிடைக்கப் பெறாமல்/இங்கும் அங்குமாய்ப்/ பலபேர் அலைகிறார்/அழுக்கானாலும் சரி/சிறிதென்றாலும் சரி/உண்மையில் எதற்கும்/பயனில்லை என்றாலும் சரி/மூலை வேண்டும் ஒரு மூலை/எல்லா மூலைகளையும் யாரோ/பதுக்கி வைத்திருக்கலாமென்றும் பரவலாக/சிலபேர் கருதுகிறார்கள்/ இனிமேல் மூலைகள்/கிடைக்கும் வழியற்று/வெதும்பிப் போனவர்கள்/கோணம் வரைந்து/போட்டிக்கு முந்தி/ மூலையைப் பிடித்து/வசமாக்கிக் கொண்டு/நிற்கிறார்கள் கையில்/படுக்கை பெட்டி/காலணி புத்தகம்/இன்னும் பலவற்றோடு.

மூலைகள் என்ற தலைப்பில் எழுதப்பட்ட இக் கவிதை எதைக் குறிப்பாகச் சுட்டிக் காட்டுகிறது என்பது புரியவில்லை.

சிலருக்கு எல்லாம் கிடைக்கிறது. சிலருக்கு எந்த முயற்சி செய்தாலும் கிடைக்கவில்லை என்பதைச் சொல்கிறதா? மூலையைப் பிடித்துக் கொண்டவர்கள் படுக்கை பெட்டி காலணி புத்தகம் இன்னும் பலவற்றோடு இருக்கிறார்கள். கடைசி வரியில் மூலை கிடைத்தாலும் சரியாகப் பயன்படுத்தத் தெரியாமல் இருப்பதாகப் படுகிறது. இது ஒரு அரூப கவிதை. ஜூன் 1981 ‘ ழ’ இதழில் (17வது இத்ழ்) ஒரு தலையங்கம் வெளிவந்துள்ளது. இரண்டு விஷயங்களை முக்கியமாகக் குறிப்பிடுகிறது. ஒன்று கவிதை ஒரு உன்னதமான கலை வெளிப்பாடு என்பதை உணர்ந்து கொண்டு அதற்கான சரியான அந்தஸ்தைத் தரவேண்டும்.

கவியரங்களில் கவிஞர்களை அவர்களின் கவிதைகளை வாசிக்கச் சொல்ல வேண்டுமே தவிரத் தலைப்புகள் கொடுத்து வாசிக்கச் சொல்லக் கூடாது. இந்த இதழில் ஞானக்கூத்தன் ‘உள்ளும் புறமும்’ என்ற பெயரில் கவிதை எழுதி உள்ளார். உள்ளும் புறமும்/ஒருங்கே தெரியா/ஒன்றிருப்பது அழகுதான்/ மற்றவை யெல்லாம்/உள்ளும் புறமும்/தனியே தெரிய இருக்கும் பொழுது/எந்தப் பொருளின்/முடிப் பாகமோ/அடிப் பாகமோ/ உள்ளும் புறமும்/ஒருங்கே தெரிய/இருக்கும் இப்பொருள்/ ஒன்றையும் காணாமல்/உள்ளும் புறமும்/தெரியும் பொருளின் ஊடு/உலகைப் பார்த்தேன்./உலகம் கோமாளி ஒருவனின்/ மீசையாய் நகர்கிறது பக்கவாட்டில். இதுவும் ஒரு சர்ரியலிஸக் கவிதை. ஒன்றையும் காணாமல் உள்ளும் புறமும் தெரியும் பொருளின் ஊடே உலகைப் பார்க்கிறார் கவிஞர். அப்போது உலகம் கோமாளி ஒருவனின் மீசையாய் நகர்கிறது பக்கவாட்டில்.

ஜனவரி 1983ல் (ழ 24) வெளிவந்த இதழில் ஞானக்கூத்தன் கவிதை வெளியாகி உள்ளது. இந்தக் கவிதைக்குத் தலைப்பு எதுவும் சூட்டப்படவில்லை. எல்லாம் இறுதியில் பழகிப்போய்விடும்/நினைவில் உள்ளதா/ஏமாற்றத்தின் துரோக முட்கள்/உன்னைக் கிழித்த அம்முதல் நாளை/எப்படி உரக்கக் கூவினாய்! யாரோ/கூக்குரல் கேட்டு வருவார் என்பதாய்/ எவ்வளவு விரைவில் தெரிந்துகொண்டாய்/பதிலில்லாக் கேள்வி உன் கூக்குரலென்று/கொஞ்சம் கொஞ்சமாய் பழகிப் போய்விடும்/எத்தனைக் குருதி பெருக்கினாய் முதலில்/அன்று

குத்தப்பட்டபோது/இன்றோ உன்னை எங்குக் குத்தினாலும்/ சொட்டுக் குருதியும் வெளிப்படவில்லை/கூச்சலும் இன்று தவிர்த்துவிட்டது/உனக்குத் தெரியும் கொலையின் நேரம்/ காத்திருக்கிறாய் ஓரெரி கல்லாய்/உன்னை நோக்கித் தவறாது விரையும்/அச்சக்திக் கருவியின் கூர்முனை நோக்கி/ எதையும் ஒருநாள் ஏற்றுக்கொள்ளலாம்/அதனின் பிசுக்கைத் துடைத்த கையுடன்/திரும்பும் பொழுது எதிர்பாராமல்/இருளில் மழைக்குளத்தில்/இறங்கினாற்போல இருக்கும்பொழுது. வித்தியாசமான கவிதை. எதார்த்தமான அனுபவத்தைக் கவிதையில் கொண்டு வந்துள்ளார்.

4ஆம் இதழுக்குப் பிறகு, பூவின் 25வது இதழ் நவம்பர் 1986க்கு கொண்டு வரப்படுகிறது. அதற்குக் காரணம் பூவின் ஆசிரியர் ஆத்மாநாமின் தற்கொலை. இந்த இதழில் ஆத்மாநாம் இல்லை என்பதைக் குறிப்பிட்டு 'ழ' வருகிறது.

ஞானக்கூத்தன் ஒரு கவிதை வெளிவந்தது. கவிதையின் தலைப்பு 'நிர்மலம்'

'வருகிறான் அவன் யார்?/சவரத் தகடா? புதிய பல்பொடியா?/இன்னதென்று/நினைவில் இல்லை. என்னிடம் விற்க/முயன்று வாங்க/படாமல் திரும்பிப போகிறான் அவன் யார்/போகும் திசையில்/நிற்கிறான் நடக்கிறான் தயங்கிப் போகிறான்/கண்ணுக்குக்கீழே/தலைப்பில் குத்திய ஐம்பது காசுப்/ பேருந்துச் சீட்டு போல/என்னவோ சுருக்கம் பார்வையைக் கவரும்/இடது கையில் ஏதோ/பெட்டியைச் சுமப்பது போன்ற பாவனை/நிற்கிறான் நடக்கிறான்/பார்வையை வேறு பக்கம் திருப்பினேன்/வேங்கட ரங்கம்/பிள்ளைத் தெருவில்/வால்போல் நீண்ட/சந்து முனையில் நின்று கொண்டு/எவளோ ஒருத்தி/ பகிரங்கமாக்கிக் குளிக்கத் தொடங்கினாள்/பனம்பழங்கள் இரண்டு/என் மேல் வீழ/விழித்துக் கொண்டேன் எழுப்பினாற் போல/விழித்துக் கொண்டு/தெருவைப் பார்த்தேன்/வெறிச் சென்றிருந்தது எங்கும்/ இந்தக் கனாக்கள்/தெருவில் எங்கும் காணப்படாமல்'

ஒரு கனவுக் காட்சியை விவரிப்பதுபோல் இந்தக் கவிதை உள்ளது. ஞானக்கூத்தனின் ஆரம்ப கவிதை, 'என்னை

நோக்கி ஒருவர் வந்தார்/எதையோ கேட்கப் போவது போல' ஞாபகப்படுத்துகிறது.

ஜனவரி 1987ஆம் ஆண்டு வெளிவந்த 'லாறி' என்ற ஞானக்கூத்தனின் கவிதை ஒரு அரசியல் கவிதையாக அறியப்படுகிறது.

....ஆனால் நானும் சும்மா இருக்கிறேன்
அன்னிய மொழியில் லாறியின்
இடைவிடாத அதட்டலை அஞ்சி..

என்று முடிவடையும் அந்தக் கவிதை சற்று நீளமானது. பெண்ணின் மீது ஏற்பட்டிருக்கும் பாலியல் வன்முறையைக் காட்டுகிறது.

...உள்ளாடையில்லாமல் பாவாடை அணிந்தவள்
செல்லக்கொடியை முன் சக்கரத்தால்
தாழைப் புதுப்பக்கம் ஏற்றிக் கொண்டு போய்க்
கத்த விடாமல் பலர் முன்னிலையில்...

என்று போகிறது கவிதை. லாறியை மையப்படுத்தி நடக்கும் அக்கிரமங்களைக் குறிப்பிடுகிறார் (மார்ச் மே 1987)ல் வெளிவந்த ழ இதழில் 'கூட்டத்தில் ஒரு பகுதி' என்ற கவிதை பிரசுரமாகி உள்ளது.

இக் கவிதையில் ஞானக்கூத்தன் தன் தந்தையாரைப் பற்றி விவரிக்கிறார். அப்பாவின் முதிர்ச்சியை விளக்கும் போது மூன்றாம் பிறையாய் இருந்த தாடி எட்டாம் பிறையாய்த் தொங்கத் தொடங்கிற்று என்று விவரிக்கிறார். ஏற்கனவே அப்பா இருந்த புகைப்படத்தைத் தேடுகிறார். அந்தப் பழங்காலத்துப் புகைப்படத்தில் அப்பாவைத் தேடுவது போல் இக் கவிதை முடிகிறது.

கவிதையின் 'மெய்ம்மைகள்' என்ற தலைப்பில் ஞானக்கூத்தனின் கட்டுரை வெளிவந்துள்ளது.

அதன் சாரம்சத்தை இங்கு விளக்குகிறேன். இந்தக் கட்டுரையில் உலகம் புலன்களால் அறியப்படுகிறது என்கிறார். அப்படி அறியப்படுகிற உலகத்தை மனம் பதிவு செய்து கொள்கிறது... உண்மையில் பொருள் தோற்றம் கொடுத்த

பொழுது மட்டுமே புலன்கள் செயல்படுவன. மனமோ பொருளின் தோற்றம் அற்றபோது அதை அறிய வல்லது.

இங்குப் பார்ப்பதும் பார்க்கப்படும் பொருளும் எளிதான பழக்கமான தொடர்புகளால் இணைக்கப்படுகிறது. உண்மையில் புலப்படாத பொருள் மனதில் தோன்றும்போது அதற்கு வேறொரு பரிமாணம் கிடைக்கிறது.

'ஹெர்பர்ட் ஜின்யூ'வின் 'கூழாங்கல்' ஒரு கவிதைப் பொருளாகிவிடுகிறது. ஜின்யூவின் கூழாங்கல் கால இட பரிமாணங்களுக்குப்பால் மனதில் இருக்கிறது. அகத்தில் பரிமாணத்தில் பார்க்கப்பட்ட கூழாங்கல் பார்த்தோன் மற்றும் பார்க்கப்பட்டது என்பதில் காணப்படும் இருமையும், அதன் வழி ஏற்படும் சேய்மையும் தவிர்த்து பார்த்தல் என்பதனின் சிறப்பே மேலோங்கியிருக்கிறது.

ஜின்யூவின் கூழாங்கல் ஜடப் பொருள் என்ற நிலைமையிலிருந்து விடுபடுகிறது.இந்தக் கூழாங்கல்லின் உருவாக்கத்தின் பின்னே எண்ணம் இருக்கிறது செய்கையிருக்கிறது. எண்ணத்தின் நோக்கத்தைச் சொற்களைக் கொண்டு இயக்கி நிறைவேற்றும் பொழுது கவிதை கலையாகிறது என்கிறார் ஞானக்கூத்தன். மொத்தமே 4 பக்கங்கள் கொண்ட கட்டுரையாக இருந்தாலும் தீவிரமாக எழுதப்பட்ட கட்டுரையாகும்...

iii. கவனம் இதழின் ஆசிரியர் ஞானக்கூத்தன்

ழ என்ற சிற்றேடு வந்து கொண்டிருக்கும்போது மார்ச்சு1981ல் 'கவனம்' என்ற இலக்கியச் சிற்றேடு ஞானக்கூத்தனின் ஆசிரியர் பொறுப்பில் வெளிவந்து கொண்டிருந்தது. மொத்தம் 7 இதழ்கள் மார்ச்சு 1982ல் முடிவடைந்துள்ளது.

இதில் கதை, கட்டுரை, கவிதை என்று எல்லா முயற்சிகளும் வெளிவந்தன.

ஞானக்கூத்தன் இதழ் ஆசிரியராகச் செயல்பட்டாலும் முழுக்க ஆர்.ராஜகோபாலன்தான் பொறுப்பாக இருந்து செயல்பட்டார்.

தனி இதழ் ரூ.1/ ஆண்டுச் சந்தா ரூ. 12/ ஆகும். 'கணையாழி'யில் 'கவனம்' இதழ் குறித்து அசோகமித்திரன் எழுதியிருந்தார். அதைப் படித்தவுடன் நான் மாம்பலத்திலிருந்து திருவல்லிக்கேணிக்கு பஸ்ஸில் சென்று சந்தா கட்டினேன். உண்மையில் பத்திரிகை அலுவலகம் என்று எதுவுமில்லை. உதவி ஆசிரியரான ஆர்.ராஜகோபாலன்தான் வீடுதான் பத்திரிகை அலுவலகம்.

இதில் முக்கியமானது ஞானக்கூத்தன் ஒரே ஒரு கதை எழுதி உள்ளார்.

முதல் இதழில் தலையங்கத்தில் முக்கியமான ஒரு விஷயத்தைத் தெளிவுபடுத்துகிறார் ஞானக்கூத்தன்.

இன்றைய சிற்றேடுகள் படைப்பிலக்கியத்தாரால் நடத்தப்படுவதால், இலக்கியமே முதன்மை பெறுவது தவிர்க்க முடியாதது. ஆனால் இந்த மூளைக் களத்தில் இதர கலைகள் வேண்டப்படாதவை அல்ல. அவை மகிழ்ச்சியுடன் உள்ளே இழுத்துக் கொள்ளப்பட வேண்டிய உறவுகள்.

வழக்கம்போல் மொழிபெயர்ப்பு கவிதை, கவிதை, கட்டுரை, சிறுகதை என்று 16 பக்கங்களில் முடிவடைந்து விடுகிறது பத்திரிகை. இந்தப் பத்திரிகையின் அளவு ராயல். அதனால் பார்க்கவே வித்தியாசமான தோற்றத்தில் வெளிவந்திருக்கிறது.

முதல் இதழில் ஞானக்கூத்தனின் படைப்பு என்று எதுவும் வரவில்லை.

கவனம் மூன்றாவது இதழ் மே 1981

பாரதிக்குப் பிந்திய புதுக்கவிதையாளர்களில் குறிப்பிடத் தகுந்த சாதனை படைத்தவர் திரு க. நா. சுப்ரமண்யம், அவரது சிறுகதை, புதினம் திறனாய்வுக் கட்டுரைகள் அறியப்பட்டிருக்கும் அளவுக்கு அவரது கவிதைகள் அறியப்பட்டிருக்கவில்லை. கவிதைகளில் க. நா. சு.வின் பங்கு சிறிதும் குறைந்ததல்ல. புதுக்கவிதை பற்றிய நீண்ட கட்டுரை ஒன்றும் "மயன்" என்ற பெயரில் அவர் எழுதிய பல கவிதைகளும் அடங்கிய தொகுப்புக்குக் "குமரன் ஆசான் பரிசு" வழங்கப்பட்டிருக்கிறது, புதுக் கவிதைத் தொகுப்பு ஒன்று பரிசு

பெறுவதும், வேற்று மாநிலத்துப் பரிசு கிடைப்பதும், அதுவும் திரு. க. நா. சு. பரிசு பெறுவதும் இதுவே முதல் முறை.

இந்த ஆண்டு சென்னை இலக்கியச் சிந்தனை கூட்டத்துக்குக் கவிஞர் நிசிம் இசக்கில் வருகை தந்தார். "இலக்கியத்தில் சிக்கல்" என்பது அவர் பேச்சின் கருத்தாக அமைந்திருந்தது. ஏராளமாக விற்பனையாகும் ஏடுகளில் வெளிவரும் எழுத்துகளுக்கு மாற்றாக மிகக் குறைந்த அளவில் விற்பனையாகும் சிற்றேடுகளையே தாம் பெரிதும் கவனிப்பதாகவும், முதலில் சொன்ன எழுத்துகளுக்கு மாறாகத் தாங்கள் வெளியிடும் எழுத்துகள் தாம் இலக்கியம் என்று சொல்லப்படும் பொழுது அந்தமொழி இலக்கியத்தில் சிக்கல் ஏற்பட்டிருப்பதாகக்கூறலாம் என்றார் நிசிம் இசக்கில், இலக்கியத் தரமுள்ள எழுத்துகள் அவற்றுக்குரிய கவனத்தைப் பெறாதது போல் தோன்றினாலும், அவை உரியக் கவனத்தைப் பெறுவது காலத் தொடர்பான விஷயம் என்றார் அவர். இலக்கிய தரமான எழுத்துகள் உலகெங்கும் ஒரே தன்மை உடையதாக உள்ளதென்றும் அவர் குறிப்பிட்டார். ஆங்கிலத்தில் எழுதும் இந்தியக்கவிஞர்களில் முக்கியமான நிசிம் இசக்கில் ஆங்கில இலக்கியப் போதகரும் கூட.

பல சிறுகதைகளும், ‘நாளை மற்றும் ஒரு நாளே’ என்னும் அதிர்வூட்டும் புதினத்தையும் எழுதிய திரு. ஜி. நாகராஜன் மறைந்துவிட்டார். பெரிய, பெரிய படைப்புகளுக்குத் திட்டமிட்டிருந்த ஜி. நாகராஜன் அவற்றில் ஒன்றையும் உருவாக்காமல் சென்றது துரதிருஷ்டம், ‘டெரிலின் ஷர்ட்டும், எட்டு முழ வேட்டியும்’ அணிந்த மனிதர் என்ற அவர் கதை அவர் உணர்த்திய உலகின் மெய்ம்மை, பொய்மைகளை உருக்கமாகக் காட்டுவது. ஆயுட்காலம் எந்த அளவானாலும் எழுத்தாளனைப் பொறுத்தமட்டில் அது முற்றிலும் வீணடிப்பல்ல என்பதை நாகராஜன் படைப்புகள் நினைவூட்டுகின்றன.

3வது இதழில் ‘தெரு’ என்ற தலைப்பில் ஞானக்கூத்தன் கவிதை. உண்மையில் இது கவனிக்கப்பட வேண்டிய ஒன்று.

எல்லாத் தெருக்களையும் போலவே எனதும்

இரண்டு வரிசை வீடுகளுக் கிடையில் அமைந்தது

பிள்ளைப் பருவத்திலிருந்து இன்று வரைக்கும்
அதன் மேல் நடக்காத நாளொன்று கிடையாது
தெருவில் அதிக மாற்றமும் இல்லை
இரண்டு தென்னை மரங்கள் அகற்றப்பட்டன
பச்சைப் புல்லின் புதர்கள் இப்போது
இடம்மாறித் தெருவில் வளர்ந்து வருகின்றன
தெருவை நான்காய் பிரித்தால் முதலாம் பகுதியில
அமைந்ததென் வீடு பழசு ஓடு சரிந்தது
எடுப்பிலேயே வீடிருந்ததால்
தெருவை முழுக்க வயதான பிறகு
ஒருமுறை கூட நடந்து பார்க்கவில்லை
ஒன்றிலிருந்து திரும்பிய பிறகே
எல்லாத் தெருக்களும் அடைவதாய் இருக்கும்
எனது தெருக்குள் நுழையும் முன்பு
ஒரு கணம் நிற்பேன். தெருவைப் பார்ப்பேன்
தொலைவில் விளையாடும் எனது பிள்ளைகள்
என்னைக் கண்டதும் ஓடி வராதிருந்தால்
வீட்டின் வாசலில் மனைவி காத்திருக்கா திருந்தால்
வீட்டுக் கெதிரில் அந்நியர் ஒருவரும்
வெறுமனே நின்று கொண்டில்லாமல் இருந்தால்
நடையில் வேகம் கூட்டிச் செல்கிறேன்
பிள்ளைகளை வீட்டுக்கு வருமாறு பணிக்கிறேன்
உள்ளே யுகாந்திரமாகப் பழகிய இருளை
அமைதியாகத் தீண்டிக் கொண்டே
அவளைப் பெயர் சொல்லி அழைக்கிறேன்
வெள்ளைப் பல்லியை நகரச் செய்து
விளக்குத் திரியைச் சற்றுப் பெரிதாக்குகிறேன்
முற்றத்துக்கு வந்து நின்று கொண்டு
வாசல் படிக்கப்பால் தெரியும் தெருவை
என்னுடன் மனைவியும் பார்க்கப் பார்க்கிறேன்
சின்னதாய்த் தெரிகிறது தெரு.

ஞானக்கூத்தனின் இந்தக் கவிதை, அவர் உண்மையில் வாழ்ந்த தெருவைப் பற்றி எழுதி உள்ளார். ஏன் சின்னதாய் தெரிகிறது தெரு, மனைவியும் பார்க்கப் பார்க்கும்போது தெரு சின்னதாய் போய்விடுகிறது.

ஒரு இடத்தில், 'உள்ளே யுகாந்திரமாகப் பழகிய இருளை' அமைதியாக்கத் தீண்டிக்கொண்டு அவள் பெயர் சொல்லி அழைக்கிறார். வெளிச்சமில்லாத வீடு என்பதை இப்படி மிகைப்படுத்திக் குறிப்பிடுகிறார்.

தெருவை ஒருமுறை கூட வயதான பிறகு நடந்து பார்க்கவில்லை என்கிறார். மிக எளிமையாக எழுதப்பட்ட வித்தியாசமான கவிதை. உண்மையில் இக் கவிதைத் தெருவைப் பற்றிதான் சொல்கிறதா? அல்லது அவர் மனைவியைப் பற்றி சொல்கிறதா என்பது யூகிக்க முடியவில்லை. ஒன்றைச் சொல்வதைப் போல் வேறு ஒன்றைச் சொல்வது இக் கவிதையில் தெரிகிறது.

ஜுன் 1981 4வது கவனம் இதழில், பாரதியின் புதுக்கவிதைகள் என்ற கட்டுரை வெளி வந்துள்ளது. ஞானக்கூத்தனின் முக்கியமான கட்டுரை இது.

பாரதியின் புதுக்கவிதைகளை எடுத்து தனித்தனியாக ஆராய்ந்து கட்டுரை எழுதியிருக்கிறார். 'பாரதியின் புதுக்கவிதைகள்' என்ற புத்தகத்திற்கு முன்னுரையாக இந்தக் கட்டுரை வந்துள்ளது.

கட்டுரை இறுதியில், 'பாரதியின் புதுக் கவிதை அவரது மற்ற கவிதை உலகிலிருந்தும் எடுத்துக்கொண்டு தனக்குப் பொருந்திய நடையில் இயங்கித் தன்னளவில் முழுமையான ஒரு தனி உலகைக் காட்டுகிறது' என்கிறார் ஞானக்கூத்தன்.

ஆகஸ்ட் 1981 ஐந்தாவது இதழ் கவனத்தில் ஞானக்கூத்தனின் பெரிய கவிதை 'அங்கம்மாளின் கவிதை' பிரசுரமாகி உள்ளது. அங்கம்மாள் பெட்டிக் கடை நடத்துகிறாள். அவளைச் சுற்றி வருபவர்கள் இளைஞர்கள். அவர்கள் அவளிடம் கடனாகப் பொருள்களை வாங்குகிறார்கள். அத்துடன் இல்லாமல் அவளுடன் வம்புக்கும் இழுக்குகிறார்கள்.

....நீட்டிய கையைத் தட்டி நீக்கினாள்
தட்டிய கையைத் தீண்டிய தன் கையை
முத்தம் கொடுத்துப் பிறர்க்கு நீட்டினான்
முத்தம் கூடக் கிடைத்து விட்டது
சுருட்டைக் கொடுத்து எங்களை அனுப்பென்று
வேணு நயமாய் எடுத்துக் கூறினான்...

இப்படிப் போகிறது கவிதை. இறுதியில் அங்கம்மா அங்கலாயிக்கிறாள்.

"என்ன சாமி எனக்கும் வயது
நாளை வந்தால் ஐம்பதாகிறது
இந்தப் பிள்ளைகள் என்னைத் தாயாய்
நினைக்காமல் போகக் காரணம் என்ன?"

வித்தியாசமாய் நீண்ட கவிதையை எழுதியிருக்கிறார் ஞானக்கூத்தன்.

6வது இதழ் கவனத்தில் பிரசுரமாகியிருக்கும் ஞானக்கூத்தன் கவிதை 'இழந்த பேனாவும் இருக்கும் பேனாவும்.' சந்தேகத்துடன் பையைத் தொட்டுப் பார்க்கிறார். பழகிய பேனாவைக் காணோம். உடனே பதட்டப்படுகிறார். எங்கே விழுந்ததோ? யாரெடுத்தாரோ? என்ற கேள்வி எழுகிறது. அது தொடர்பாக அவர் கற்பனை விபரீதமாகத்தான் போகிறது.

....ஒரு கணம் நினைத்தேன் வழியில் அதன் மேல்
வண்டி ஒன்று ஏறிவிட்டதாய்.
எண்ணிப்பார்த்ததும் உடம்பு நடுங்கிற்று என்கிறார்

இப்படி ஒவ்வொருவர் கையில் அந்தப் பேனா கிடைத்திருக்கலாமென்று அவர் கற்பனை பண்ணுகிறார். பள்ளிச் சிறுவனின் கையில் கிடைத்த பேனாவைப் பல்லால் கடித்து தரையில் எழுதிப் பார்ப்பதாக நினைத்துக் கொள்கிறார்.

...எவனோ ஒருவன் கிழவன் கையில்
அந்தப் பேனா கிடைத்ததாய் எண்ணினேன்

குடும்பத்தை விட்டுத் தொலைவில் வாழும்
அந்தக் கிழவன் மகளுக்குக் கடிதம்
எழுத முயன்று அவனுக்கெழுத
வராமல் போகவே என்னைத்திட்டியதாய்
எண்ணிக் கொண்டேன் எனக்குள் சிரித்தேன்....

என்கிறார். திரும்பவும் மாலை நேரத்தில் புதிய பேனா ஒன்றை வாங்கும்வரை அவர் நிம்மதியாக இருக்க முடியவில்லை. புதிய பேனா எழுத எழுத இழந்த பேனா இருப்பதை உணர்கிறார். இழந்த பேனாவும் இருக்கிற பேனாவும் என்று கவிதையை முடிக்கிறார்.

ஒரு சாதாரண நிகழ்ச்சியை அசாதாரண நிகழ்ச்சியாக மாற்றும் வல்லமை பெற்றவர் ஞானக்கூத்தன்.

'கவனம்' இதழ் மார்ச்சு 1981லிருந்து மார்ச்சு 1982 வரை 7 இதழ்களுடன் நின்று விட்டது. ஆனால் மறக்க முடியாத பாதுகாக்கப்பட வேண்டிய இதழாக எனக்குத் தோன்றுகிறது.

7வது இதழில் ஞானக்கூத்தன் எதுவும் எழுதவில்லை. தயைங்கத்தைத் தவிர.

அந்தத் தலையங்கத்தைப் படிக்கும்போது புதுக்கவிதை என்ற இலக்கியத்தின் புதிய போக்கை யாராவது எதிர்த்துக் கொண்டேதான் இருக்கிறார்கள் என்று குறிப்பிடுகிறார். புதுக் கவிதைக்கு யார் யாரெல்லாம் எதிர்க்கிறார்கள். முதலில் தமிழ்ப் புலவர்கள், இரண்டாவதாக, செய்யுள் நடையில் கவிதை எழுதிக்கொண்டிருக்கும் கவிஞர்கள். மூன்றாவதாகப் புதுக்கவிதையை வெளியிடாமல் வானொலியும், பத்திரிகைகளும் என்றும் குறிப்பிடுகிறார். ஒரு அமைச்சர் எதிர்ப்பு தெரிவித்ததைக் கண்டிக்கிறார் தலையங்கத்தில். பாரதிதான் முதல் புதுக்கவிஞன் என்பதும் அறிந்து கொள்ள அமைச்சருக்கு இன்னும் காலம் தேவைப்படுகிறது என்று குறிப்பிடுகிறார்.

iv) நவீன விருட்சம் இதழ்களில் ஞானக்கூத்தனின் பங்கு

நவீன விருட்சம் இதழாசிரியர் நான். கடந்த 33 ஆண்டுகளாகத் தொடர்ந்து இன்று வரை கொண்டு வருகிறேன்.

1988 ஆம் ஆண்டு முதல் இதழ் வரும்போது நவீன விருட்சம் இதழின் மொத்தப் பக்கங்கள் *16*. அதன் பின் கொஞ்சம் கொஞ்சமாக அதன் பக்கங்கள் அதிகரித்துக் கொண்டு போயிற்று.

ஒவ்வொரு விருட்சம் இதழிலிலும் ஞானக்கூத்தனின் கவிதை வராமல் இருக்காது. பொதுவாக ஒரு சிறு பத்திரிகை நிற்பதும் தொடர்வதும் நிச்சயமில்லை. இன்றுவரை அந்த நிலைதான்.

பொருளாதாரம் மட்டும் இதற்குக் காரணமில்லை. தொடர்ந்து ஒரே விஷயத்தில் ஈடுபடும்போது அதைத் தொடர்வதற்கு ஈர்ப்பில்லாமல் போய்விடும். இன்னும் சில இதழ்கள் வந்த ழ நின்றுவிட்டது.

அந்தத் தருணத்தில் நான் ஞானக்கூத்தனுடன் தொடர்பு கொண்டிருந்தேன். ழ நின்றவுடன் அதன் மாற்றாக விருட்சம் என்ற பத்திரிகையைக் கொண்டு வர நினைத்தேன். ஞானக்கூத்தன், ஆர்.ராஜகோபாலன், ஆனந்த், எஸ்.வைத்தியநாதன், காளி–தாஸ், ராஸ்ரீனிவாஸன், கோபிகிருஷ்ணன் முதலிய எழுத்தாள நண்பர்கள் உதவியால் விருட்சம் கொண்டு வந்தேன்.

முதலில் விருட்சம் கவிதைகளுக்கான பத்திரிகையாகத் தான் வெளிவந்தது. அதன் பின்னால் கொஞ்சம் கொஞ்சமாகச் சிறு கதைகள், கட்டுரைகள், புத்தக விமர்சனமாக வெளிவந்து கொண்டிருந்தன.

விருட்சத்தில் ஞானக்கூத்தனின் பங்கு முக்கியமானது. அவர் ஒவ்வொரு இதழிற்கும் கவிதைகள் எழுதிக் கொண்டிருப்பார். புத்தக விமர்சனம், கவிதைகள் பற்றிய கட்டுரைகளும் எழுதி இருக்கிறார். ஆனால் அவர் பெரும்பாலும் கவிதைகள்தான் எழுதியிருக்கிறார்.

விருட்சம் இதழ்களில் எழுதிய கவிதைகளை இங்கு அலசுவோம்.

முதல் இதழில் வெளிவந்த 'ஓட்டைத் தேவனார்க்கு, வாழ்த்துகள்' என்ற கவிதை சொல்லும் முறையிலும் 'சர்ரியலிஸ்' தன்மையிலும் முக்கியமான கவிதை.

அக் கவிதையை இங்குத் தருகிறேன்.

ஓட்டைத் தேவனார்க்கு வாழ்த்துகள்

அனைத்து மக்களுக்கும் சரிசம மாக
ஓட்டைகள் வழங்கி யுள்ள
அற்புதப் பொருளே
மும்முறை சொன்னேன் வாழ்த்துகள் உனக்கு

சிறிதென்றாலும் பெரிதென்றாலும்
அவரவர்க்கென்றே ஓட்டைகள்
கிடைக்கும் படிக்குச் செய்தஉன்
கருணைத் திறனை
எவர் மறந்தாலும் நான் மறப்பேனா?

அடுத்தவர் ஓட்டை தன்னதைக் காட்டிலும்
பெரிய தென்று கசந்தவர் தம்மை
நின்னருள் வழங்கிப் பாலிக்க வேண்டும்,

ஓட்டைகட் கெல்லாம் ஆதி ஓட்டையாய்
உன் புனித ஓட்டை என்றும் வாழ
ஓட்டையர் சார்பில் என்தலை வணங்கினேன்

எங்கள் ஓட்டையில் காற்றும் நீரும்
ஒளியும் உட்புகுந்து நலமுற்றிருக்க
ஓட்டை நாயகனே நீ அருள வேண்டும்.

எங்கள் ஓட்டைகள் நாங்கள் உறங்குங்கால்
யார் ஒருவ ராலும் திருடப் படாமல்
நாங்கள் விழிக்கும் வரைக்கும் எங்களிடம்
இருக்கும் படிக்குன் காவல் விளங்குக

எங்கள் ஓட்டையில் ஒன்றிரண்டு
கவனக் குறைவாய்த் தவறிவிட்டாலும்
பதிலுக்கு நல்ல ஓட்டைகள் கிடைக்கும்
படிக்கு நீதான் உதவவும் வேண்டும்.

எங்கள் ஓட்டைகள் எங்கள் நாட்டில்
குறைந்த விலைக்குக் கிடைக்கும்படி
எம்ஓட்டைத் தலைவா உன்னை வேண்டினேன்.

எங்கள் ஓட்டையில் சூரிய சந்திர
சனியாதி சுக்கிர தேவர்கள்
தங்கு தடையின்றி ஊர்வலம் சுற்ற
தயவு செய்த நின்னருள் வாழ்க..

அனைத்து மக்களுக்கும் சரிசம மாக
ஓட்டைகள் வழங்கிய அற்புதப் பொருளே
எனக்கு நீ வழங்கிய ஓட்டைகள் சகிதம்
மும் முறை வாழ்த்தினேன் நன்றி கூற

கவனிக்கப்பட வேண்டிய வரிகள். எங்கள் ஓட்டையில் சூரிய சந்திர சனியாதி சுக்கிர தேவர்கள் தங்கு தடையின்றி ஊர்வாம் சுற்றத் தயவு செய்த நின்னருள் வாழ்க..

3வது இதழ் விருட்சம் வரும்போது க.நா.சு மரணம் அடைந்து விட்டார். அவர் நினைவாக ஒரு சிறிய தலையங்கம் ஞானக்கூத்தன் எழுதி உள்ளார்.

அதை இங்கே கொடுக்கிறேன்.

வேற்று மொழியினால் க.நா.என்றும் தமிழர்களால் க.நா.சு எனவும் அழைக்கப்பட்ட திரு.க.நா.சுப்ரமணியன் காலமாகி விட்டார். இருபதாண்டுக் காலம் தில்லியில் வாழ்ந்துவிட்டு ஐந்தாண்டுக்கு முன்பு மீண்டும் தமிழ்நாட்டுக்குக் குடியேறிய க.நா.சு தில்லியில் ஒரு கருத்தரங்கில் கலந்துகொண்டு பிப்ரவரி 89ல் சென்னை திரும்புவதாக இருந்த க.நா.சு தலைநகரிலேயே காலமாகி விட்டார். அவருக்கு வயது 77 ஆகிவிட்டிருந்தாலும் அவரை ஒரு நோயும் பிணித்திருக்காத நிலையில் ஒருவரும் எதிர்பாராத சமயம் மாரடைப்பால் காலமாகிவிட்டார்.

புதிய தமிழிலக்கியத்திற்கு ஒரு வரலாறு உண்டென்பதைக் கண்டறிந்து அதை அடிக்கடி எடுத்துக் கூறியதோடு புதிய தமிழ் உரைநடை இலக்கியத்துக்கு உகந்த எழுத்துகளை வாசகர்களுக்கு இனம் காட்டியும் வந்தார். தமிழ் விமர்சனம் என்பது வ.வே.சுவுக்குப் பிறகு கநாசுவையே நம்பியிருந்தது என்றால் அது மிகையாது. க.நா.சுவின் விமரிசனம் அதனால் பாதிக்கப்பட்டவர்களுக்குப் பெரும் துன்பமாக இருந்தபோதும் கூட, கூர்ந்து பார்த்தால் அவ்விமர்சனம் கடுமையான சொற்களையோ காழ்ப்பையோ அடிப்படையாகக் கொள்ளவில்லை என்பது தெரியும். ஒரு உரையில் திரு. சி.சு. செல்லப்பா சுட்டிக் காட்டியது போல எளிமையாகப் புத்தக மதிப்பீடாகத் தொடங்கியது அவருடைய விமர்சனம். ஆனால் போகப்போக அது விரிந்து தமிழில் வெளியாகும் அனைத்து எழுத்துகளைப் பற்றிய மொத்தப் பார்வை உடையதாகவும் பரவலாகத் தெரிந்திருந்த இலக்கிய சூழலைப் பிடித்து உலுக்குவதாகவும் மாறி விமர்சனம் அவருக்கு அவரே வேண்டாம் என்று நினைத்தாலும் விட முடியாத மனோபாவமாக மாறிவிட்டது. யதார்த்த வாதி வெகுஜன விரோதி, என்று கூறப்படுவதுண்டு. க.நா.சுவின் விமர்சனம் அவரை வேண்டப்படாதவராகி விட்டது.

க.நா.சு புதுக்கவிதையில் பெரிய புரட்சியை எதிர்பார்த்தவர். இறுதி வரைக்கும் தமிழ்க் கவிதையில் பலவித மாற்றங்கள் நிகழ வேண்டும் என்று விழைந்து விவாதித்து வந்தார். ஐந்தாண்டுகளுக்கு முன்பாக படிமம் அற்ற கவிதை வேண்டும் என்று அழுத்தமாகச் சொல்லத் தொடங்கினார். படிமப் போக்கு என்பதைக் கேலி செய்தும் அவர் எழுதியதுண்டு.

எழுதுவது, எழுத்தைப் பற்றிப் பேசுவது இதைத் தவிர வேறெதுவும் செய்தறியாது வாழ்க்கை முழுவதும் கழித்த க.நா.சு இறுதி வரைக்கும் எழுதிக்கொண்டிருந்தார். எதுவானாலும் எழுதுவதே தீர்வு என்ற நம்பிக்கை உள்ளவர்களுக்கு க.நா.சு ஒரு துணை. இலக்கியக் கோட்பாடுகளைக் குறித்து விவாதிப்பதில் அவருக்கு இணையாக அவருக்கு முன்பு மௌனி இருந்தார்.

தமிழ் எழுத்து உலகத்தால் வாழ்க்கை முழுவதும் புறக்கணிக்கப்பட்ட க.நா.சுவுக்கு இறுதிக் காலத்தில்தான் பல ஆறுதலான கவனிப்புகள் கிடைத்தன.

க.நா.சுவின் நாவல்களில் சிலவும், விமரிசனக் கட்டுரைகள் பலவும், இரண்டு கவிதைத் தொகுப்புகளும் வருங்காலத்தினருக்கு அவர் விட்டுச் சென்ற நிதியமாகும் என்பதில் ஐயமில்லை.

விருட்சம் 100வது இதழில் ஞானக்கூத்தன் பற்றி நான் எழுதிய தலையங்கத்தின் ஒரு பகுதி.

'ஞானக்கூத்தன் மரணத்தை' நான் சற்றும் நம்பவில்லை. ஆனால் மரணம் என்ற குடுவைக்குள் எத்த மனிதனும் தப்ப முடியாது. 100வது இதழ் வரும்போது ஞானக்கூத்தன் தலைமையில் ஒரு கூட்டம் ஏற்பாடு செய்யலாமிருந்தேன். இதனுடன் ஆரம்பத்திலிருந்து தொடர்ந்து ஈடுபட்டவர் என்பதால். ஆனால் விதி வேறு விதமாகக் கணக்குப் போட்டு விட்டது. சிறு பத்திரிகை என்று நான் புரிந்துகொள்ள ஆரம்பித்தது 'ழ', 'கவனம்', பத்திரிகைகளைப் பார்த்துத்தான். அவற்றை நடத்தியவர்களுடன் நானும் தொடர்ந்து என்னை ஈடுபடுத்திக் கொண்டேன். உண்மையில் எனக்கு ஒரு சந்தர்ப்பத்தை அவர்கள் அளித்தார்கள். என் விருப்பத்திற்கு அகத் தூண்டுதலை அளித்தவர்களில் ஞானக்கூத்தனும் ஒருவர். ஆரம்பத்தில் பத்திரிகையைப் பலப்படுத்தும் முயற்சியாக ஒவ்வொரு இதழுக்கும் ஞானக்கூத்தன் எழுதிக் கொடுத்தார். இந்த நூறாவது இதழிலும் அவர் எழுதிய கட்டுரை வந்திருக்கிறது.'

◆

5. ஞானக்கூத்தன் எழுதிய ஒரே ஒரு சிறுகதை

இரண்டாவது இதழ் ஏப்ரல் 1981ல் ஞானக்கூத்தனின் 'கண்ணீர்ப்புகை' என்ற சிறுகதை 'ரங்கமணி' என்ற பெயரில் பிரசுரமானது. ஞானக்கூத்தன் எழுதிய ஒரே ஒரு சிறுகதை இதுதான். இதற்குப் பிறகு அவர் கதைகள் எதுவும் எழுதவில்லை.

அதிகமாகக் கவிதைகளைப் பற்றிச் சிந்திப்பவர் ஞானக்கூத்தன். கிட்டத்தட்ட 700 கவிதைகள் வரை அவர் வாழ்நாள் முழுவதும் எழுதியிருக்கிறார். இதைத் தவிரக் கவிதையைப் பற்றி தன் கருத்துக்களையும் பதிவு செய்திருக்கிறார். பலருடைய கவிதைகளைப் பற்றி விமர்சனம் செய்திருக்கிறார். 'கவனம்' என்ற சிற்றேட்டுக்கு ஆசிரியராக இருந்து 7 இதழ்கள் கொண்டு வந்துள்ளார். இந்தச் சிற்றேடு மார்ச்சு 1981ஆம் ஆண்டு வெளிவந்தது.

ஆனால் யாருக்காவது அவர் கதை எழுதியிருப்பது தெரியுமா? 'கண்ணீர்ப்புகை' என்பதுதான் அவர் சிறுகதை, 'கவனம்' இரண்டாவது இதழில் 1981ஆம் ஆண்டு வெளிவந்தது.

'கண்ணீர்ப்புகை'

புறப்பட வேண்டிய நேரம் விரைந்து எதிர் நோக்கி வந்து கொண்டிருந்தது. பேருந்தில் சென்று கொண்டிருப்பதாகவும், இரயில் நிலையத்தில் நின்று கொண்டிருப்பதாகவும், இரயிலிலே போய்க்கொண்டிருப்பதாகவும் குடும்பத்தில் ஒவ்வொருவரும் பாவனை கொண்டு இயங்குகிறார்கள். பெண்கள் பட்டுப் புடவைக்கு மாறிவிட்டார்கள். நிலைக் கண்ணாடிக்கு முன் வேலை முடிந்து வெறுமனே அவ்வப்போது எட்டிப் பார்க்கிறார்கள். ஆண்கள் கணுக்கால்

சட்டையைப் பேர் இடுப்பில் இறுக்கிக் கொண்டுவிட்டார்கள். இன்னும் மூன்று நாட்களுக்குப் பால், தயிர், பத்திரிகை எதுவும் வேண்டாம் என்று சொல்லியாகிவிட்டதா என்று உறுதி செய்துகொண்டு நிலையத்துக்குப் போகும்வரைக்கும் தாக்குப் பிடிக்கப் பெரியவர் ஒருமுறை வெற்றிலைப் பாக்குப் புகையிலையை வாயில் நிரப்பிக் கொண்டுவிட்டார்.

வைத்யநாதன் அனேகமாக இரண்டு வண்டிகளுடன் திரும்பிக் கொண்டிருப்பான்.

அம்மா ரங்கநாயகிக்குத் துக்கம். ஒரு மூலையில் சென்று, யாருக்கும் தெரியாமல் துக்கத்தை உதறப் போனதை மற்றவர்கள் பார்த்துவிட்டார்கள்.

இராமநாதன் மாடிப்படிகள் இருக்கும் பக்கத்தை ஒரு முறை ஆத்திரத்துடன் பார்த்துப் பற்களை உரசினான்.. 'பெரியவரின் தலை கொஞ்சம் சாய்ந்தது. மூன்று நாட்கள். எவ்வளவு நீண்டகாலம்? குடும்பத்தாருடன் தானும் மூன்று நாட்கள் வீட்டைவிட்டுப் போனா எப்படி சரி?

ரங்கநாயகி குழம்பிப் போன முகத்துடன் பெரியவரின் அருகில வந்தாள். பெரியவர் தலையை நிமிர்த்தினார்.

"நீ போ நான் இருக்கிறேன்."

"யார் போனால் என்ன? யார் தங்கினால் என்ன? எல்லாம் ஒன்றுதான். போங்கள் போங்கள் நான் இருக்கிறேன்."

உண்மைதான். ரங்கநாயகி தங்கினால் எத்தனையோ விதத்தில் உபயோகமாக இருக்கும். கேட்பார்கள், அவள் வரவில்லையா என்று. வரவில்லை என்றால் யாரும் கோபித்துக்கொள்ள மாட்டார்கள். தவறாகவும் கருதமாட்டார்கள். இப்பொழுது எல்லாருக்கும் தெரிந்ததுதான். இரண்டு பேரும் போனால் எப்படி முடிந்தது என்று அதிசயிப்பார்கள். பழக்கமுள்ள ஒருவரைப் பார்த்துகொள்ளச் சொல்லிவிட்டு வந்தோம் என்று சொல்லலாம். ஆனால் அது உறவில், கருணையில் ஒன்று அல்லது பல புள்ளிகள் குறைந்து விட்டதாக படும். யாராவது ஒருவர் தங்கிவிடலாம். ரங்கநாயகி தங்கினால் நல்லதுதான். ஆனால் போக முடியாமல் போனதின் வருத்தம் அவளுக்கு ஆறாது. தான் தங்கலாம். அது ஒரு அத்துக்கு.

மூன்று நாளைக்குத் தேவையான சப்பாத்தி, பூரிகளுடன் கமலா, ரங்கநாயகியிடம் வந்து மேலே அனுப்பிவிடக் கேட்டாள். ரங்கநாயகிக்கு ஆற்றாமையால் கண்ணீர் முட்டியது. நேற்றும் அதற்கு முதல் நாளும் வைத்ததே அப்படியே கிடக்கிறது. அத்துடன் இன்னும் மூன்றுதட்டுகளா?

விஸ்வநாதன் வந்தான்.

'இங்கே கொடு நான் எறிந்து விட்டு வருகிறேன்'

பெரியவரின் முகத்தில் ஏறிய கடுமையைக் கண்டதும் அவன் மனைவி 'உங்களுக்கேன்? சும்மா இருங்கள்' என்று சைகை காட்டினாள். 'ஒரு வாரத்திற்கு முன்னாலேயே ஆஸ்பத்ரியில் சேர்த்திருக்கலாம்.'

முரளிக்குத் தான் சொன்னது சரியா, தவறா என்று சொல்லி முடித்ததும் சந்தேகம் வந்துவிட்டது. பெரியவருக்குத் திடீரென்று எல்லாப் பிள்ளைகளின் மேலும் வெறுப்பு வந்துவிட்டதுபோல் தோன்றியது.

குட்டிப் பையன்கள் இரண்டு பேர் மாடிக்கு ஓடிப் போய்விட்டுத் திரும்பினார்கள். அவர்கள் கையில் நேற்றிரவு வைத்திருந்த கோதுமைப் பூரி காணப்பட்டது. இந்தச் சமயம் எல்லோரின் பார்வையும் மாடிப் பக்கம் திரும்பியது.

குளிருக்குப் போர்த்திக் கொண்டது போல் எட்டு முழ வேட்டியை அணிந்து கொண்டு, தலையில் முண்டாசுகட்டி, நிதானமாக சத்யநாதன் படிக்கட்டுகளில் இறங்கி எல்லோரும் இருந்த கூடத்திற்கு வந்தான்.

அவனைப் பார்த்ததும் எல்லோரும் ஸ்தம்பித்து விட்டார்கள்.

யாரையும் பார்க்காதவன் ரங்கதாயகியை மட்டும் கண்டு பிடித்துக் கூப்பிட்டான்.

சென்ற ஆறு மாதத்தில் இப்படி ஒரு முறை கூட அவன் கூப்பிட்டதில்லை யாதலால் ரங்கநாயகிக்குத் திணறலாக இருந்தது.

'அம்மா தீப்பெட்டி இருக்கிறதா?' ரங்கநாயகிக்கு ஏற்பட்ட வியப்பில் இப்பொழுது பெரியவரும் சேர்ந்துகொண்டார். இந்த

ஆறு மாதத்தில் அவன் பேசிய ஒரு அர்த்தமுள்ள பேச்சாக அவர்கள் இருவருக்கும் தோன்றியது. ரங்கநாயகியும், பெரியவரும் ஒருவரை ஒருவர் பார்த்துக்கொண்டார்கள். இரண்டு பேர் கண்களும் சிறிது கசிவு கண்டிருந்தன.

“தீப்பெட்டி எதற்கு? புகைக்கப் போகிறாயா?” விஸ்வ நாதன் கேட்டான்.

விஸ்வநாதன் இருந்த திசையை ஒரு முறை சத்யநாதன் உற்றுப் பார்த்தான். விஸ்வநாதன் மனைவிக்குப் பகீரென்றது.

“நான் சுந்தரராஜனின் நான்காவது பிள்ளை சத்யநாதன். என் பட்டம் உனக்குத் தெரியும். உனக்குத் தெரியாது நான் புகைக்க மாட்டேன். நீ?'

விஸ்வநாதன் விழித்தான். அவன் மனைவிக்குத் தன் மாமனார், மாமியார் எதிரில் தன் கணவனுக்குத் தலைக்குனிவு ஏற்படுவதைப் பார்த்து ஆத்திரம் வந்தது. சத்யநாதனின் பதிலைக் கேட்டதும் பெரியவர்க்குக் கைதட்டலாம் போலிருந்தது; ஆனால் சங்கடமாகவும், அசம்பாவிதமாகவும் இருந்தது. தொடர்ந்து சில நாட்கள் தூக்கமில்லாமலும் பல நாட்கள் மழிக்கப்படாமல் விடப்பட்ட ரோமத்தால் இருண்டும், குறிப்புத் தவறியும் இருந்த சத்யநாதனின் முகம் இன்றும் கவலையைக் கொடுப்பதாகவே இருந்தது.

ரங்கநாயகி ஒரு தீப்பெட்டியைக் கொண்டுவந்து அவனிடம் கொடுத்தாள். தீப்பெட்டியிலிருந்த குச்சிகளை எல்லாம் கீழே கொட்டிவிட்டுக் காலிப் பெட்டியை வைத்துக் கொண்டு சிறிது நேரம் தயங்கினான் சத்யநாதன்.

“இன்னும் இருக்கிறதா?"

“தருகிறேன், என்ன செய்யப்போகிறாய்?" அவன் சிறிதுநேரம் சும்மா இருந்தான். சுற்றியிருந்த ஒவ்வொருவரையும் வெறுமனே பார்த்தான். அவன் பார்வையில் படும்போது ஒவ்வொருவரும் கொஞ்சம் சுருங்கினார்கள். ஏன் வேண்டும் என்ற காரணம் அவனுக்கு மறந்து விட்டிருந்தது போலிருந்தது. வேண்டும் வேண்டாம் என்று எதுவும் சொல்லாமல் கையிலிருந்த காலித்தீப்பெட்டியுடன் சத்யநாதன் மாடிக்குத் திரும்பினான். அவன் மாடிக்குப் போவதை எல்லோரும்

பார்த்தார்கள். பிரயாணக் குதூகலம் எல்லோரிடத்திலிருந்தும் அவிழ்ந்து விழுந்துவிட்டது போல் தோன்றியது.

இரண்டு வண்டிகளுடன் திரும்பியிருக்க வேண்டிய வைத்யநாதன் உள்ளே அவசரமாக ஓடிவந்தான்.

"ஒரு வண்டியும் இந்தப் பக்கம் வராதாம். சாயுங்காலம் ஐந்து மணிக்கு ஊர்வலம் வரப் போகிறதே."

வைத்யநாதன் விஷயத்தைச் சொல்லிவிட்டு அங்கே இருந்தவர்கள் எதற்காகவோ குழம்பியிருக்கிறார்கள் என்று தெரிந்துகொண்டு தானும் குழம்பிநின்றான்.

ஊர்வலம் பெரிய ஊர்வலமாக இருக்கப் போகிறது. இப்பொழுதே தெருவில் இரண்டு பக்கத்திலும் ஆட்கள் சிறு சிறு கும்பல் பொட்டலங்களாகப் போய்க் கொண்டிருந்தார்கள். ஊருக்குப் புதியவர்கள் ஏராளமான பேர் ஊர்வலத்தில் கலந்து கொள்வதுபோல் தெரிந்தது. பல பேர் கடை கண்ணிகளையும், கடைகளின் பெயரை சில சமயம் உரக்கப் படித்தும், வீடுகளைப் புதுமையாகப் பார்த்துக் கொண்டும் போனார்கள். உள்ளூர் ஜனங்கள் ஊர்வலத்தைப் பார்க்கத் தெரு ஓரத்தில் வரிசையாகிக் கொண்டிருந்தார்கள்.

ஊர்வலம் அது இது என்றதும் குட்டிப் பையன்கள் மாடிக்கு சத்யநாதன் இருந்த அறைக்கு ஓடிவிட்டார்கள். சும்மா போய்க் கொண்டிருந்த ஆட்களைக் காட்டி 'சித்தப்பா ஊர்வலம்' என்று குதித்தார்கள்.

புறப்பட வேண்டிய நேரம் மிக அருகில் வந்து கொண்டிருந்தது.

இரண்டு கல் தொலைவில் இருந்த சிதம்பர நாதனும் அவனது குடும்பமும், தாங்கள் வந்து சேர்வதில் இருந்த சிரமத்தை வெளிப்படையாகக் காட்டிக் கொண்டது. சிதம்பர நாதன் பெரியவரைப் பார்த்து ஒரு வறண்ட புன்னகையுடன் கேட்டான்.

"அவனைப் பார்த்துக் கொள்ள பழனியம்மாள் வருவதாகச் சொல்லிவிட்டாள் அல்லவா?"

"....."

"சாவியைப் பக்கத்து வீட்டில் கொடுத்துவிட்டு அவள் வந்தால் தர சொல்லிப் போக வேண்டியது தானே?

பெரியவர் எழுந்திருக்காமல் இருந்த இடத்திலேயே சிறிது அசைவு காட்டினார். மாடி அறையில் சத்யநாதன் இருக்கும் பொழுது வெளிக் கதவைப் பூட்டிவிட்டுத் தானும் தன் குடும்பமும் போகும் காட்சி அவருக்கு முன்பைவிடத் துல்லியமாகத் தெரிந்தது.

சிதம்பரநாதன் மனைவி மாடிக்குச் சென்று திரும்பினாள். சிதம்பரநாதன் கேட்டான்.

"என்ன பார்த்தாய்?"

"வெளியே பார்த்துக் கொண்டு உட்கார்ந்திருக்கிறது,"

ரங்கநாயகிக்கு இந்தப் பேச்சைக் கேட்டதும் முகம் கறுத்தது. பெரியவர் மணியைப் பார்த்தார். நான்கு மணி, ஐம்பது நிமிடங்கள்.

"ஐந்து மணிக்கு ஊர்வலம் என்று சொன்னார்களே. அது போன பிறகு போகலாம். எப்படியும் வண்டி ஏழு மணிக்குத் தானே"

"அப்படியானால் நான் ஆறு மணிக்கே வந்திருப்பேன்."

நிலையத்தில் சந்திப்பதாகச் சொல்லியிருந்த இரண்டு உறவினர்கள் உரக்கச் சிரித்துப் பேசிக்கொண்டு உள்ளே வந்தார்கள். புறப்பட்டும் புறப்படாத நிலையில் ஒவ்வொருவரும் இருப்பதைப் பார்த்துவிட்டு இருவரில் ஒருவர் பெரியவரிடம் வந்து, 'இன்னும் நிறைய நேரம் இருக்கிறது என்று சொல்லிக் கொண்டார்.

வந்தவர்களிடம் 'ஊர்வலம் வந்து விட்டதா? என்று வைத்யநாதன் கேட்டு முடிப்பதற்குள், வீட்டு வாசலைப் பயங்கரமான கோஷம் ஒன்று தாக்கிக் கடந்து சென்றது. ஒவ்வொருவரிடத்திலும் சிறிதளவு பரபரப்பு தென்பட்டது. ஊர்வலத்தைப் பார்க்க வேண்டுமென்றால் மாடிக்குப் போக வேண்டும் அல்லது வாசலுக்குப் போக வேண்டும். இரண்டுமே வேண்டாம் என்று முடிவு செய்து கொண்டவர்கள் போல யாரும் நகரவில்லை.

வலுவாகக் கேட்டது கோஷம், துண்டுச் சொற்களாகவும், தொடர்களாகவும், ஒரு பாட்டாகவும், கோபமாகவும், கேலியாகவும், ஆனால் எப்படி இருந்தாலும் அதன் உக்கிரத்தில் தீவிரம் குறையாமல் கோஷம் கேட்டது.

குட்டிப் பையன்கள் இங்கும் அங்கும் போலிக் கோஷம் எழுப்பி ஓடினார்கள்.

'ரொம்பப் பெரிய ஊர்வலம்' என்றார் உறவுக்காரரில் ஒருவர்.

'நம் வீட்டைத் தாண்டி முழுக்க அது போக ஆறுமணியாகி விடும் என்றார் இன்னொருவர்.

கோஷம் அலை அலையாகக் கேட்டுக் கொண்டிருந்தது. பெரியவர் கவனித்தார். தன் வீட்டைத் தாண்டும் பொழுது ஊர்வலம் கோஷத்தை அதிகமாகக் கூச்சலிட்டுக் கொண்டு போகிறதோ என்று தோன்றியது.

"வாசல் கதவு தாழிட்டிருக்கிறதா?" என்று ரங்கநாயகி கேட்டதற்கு, யாரோ 'ஆமாம்' என்று பதில் சொன்னபோது வாசல் கதவு தட்டப் படுவதுபோல் கேட்டது. 'பழனி அம்மாள் வந்து விட்டாளா?' என்று கேட்டுக்கொண்டு வாசலுக்குப் போன ரங்கநாயகி திடுக்கிட்டு, பரபரப்புடன் பெரியவரின் பக்கம் ஓடிவந்தாள்.'

பெரியவர் பதற்றத்துடன் உடனே எழுந்து அவள் அருகில் ஓடியபோது, வாசல் கதவை ஆக்ரோஷத்துடன் மோதுவது நீண்ட இடை கழிக்கப்பால் அவர் பார்வைக்குத் தெரிந்தது. விவரம் புரிந்து கொள்ள முடியாத நிலையில் தன் வீட்டை நோக்கித் தூஷணைகள் வருவதும், சிலர் வாசல் கதவைத் தகர்க்க முனைவதையும் பெரியவர் தெரிந்து கொண்டார். குழப்பத்தால் மற்றவர்களும் கலங்கிப் போய் அவர் பின்னே வாசலை நோக்கி இடைகழியில் பாதிவரை வருவதற்குள், ஜனத்திரளின் தாக்குதலுக்குப் பொறாமல் கதவு விட்டுக் கொடுத்துவிட அடைப்பு நீங்கியதும் வரும் சாக்கடைத் தண்ணீர் மாதிரி ஜனம் கூச்சலுடன் உள்ளே நுழையத் தொடங்கியது. ஒரு நேரத்தில் பத்துப் பதினைந்து பேர் சேர்ந்து நிற்க முடியாத இடத்தில் நூற்றுக்கணக்கான பேர் முண்டி

அடித்தனர். இடைகழியைத் தாண்டி முற்றத்துக்கும், கூடத்துக்கும் பலபேர் வந்து விட்டார்கள். ஒவ்வொரு அறையிலும் பல பேர் நுழைந்து விட்டார்கள். சமையற்கட்டில் பாத்திரங்கள் உருண்டன. படுக்கை அறையில் இரும்புப் பீரோக்கள் பயம் தாளாமல் தடதடத்தன. அறையில் பெரிய நிலைக் கண்ணாடிகள் நொறுக்கப்படுவது கேட்டது. குட்டிப் பையன்கள் வீட்டுக்குள் கூட்டத்தில் காணாமல் போய்க் கதறினார்கள். திகைத்துப் போன பெண்கள் தங்கள் மானத்திற்கு ஆபத்து வந்து விடுமோ என்ற பயத்தில் அழத் தொடங்கிவிட்டார்கள். ஜனத்துக்கும் வீட்டிலிருந்தவர்க்கும் வாதப் பிரதிவாதம். சிதம்பரநாதன் மீது ஒரு அன்னியன் பாய்ந்து குரல்விளையைப் பிடித்தான்.

. தெருவில் கோஷம் நின்று போய்க் கடைக் கண்ணாடிகள் ஜன்னியில் சிரித்தன. ஜனம் அந்த வீட்டைத் தவிர மேலும் இரண்டொரு வீட்டில் நுழைந்து விட்டிருந்தது. ஒரு பாத்திரக் கடையிலும், துணிக் கடையிலும் கூட நுழைந்திருந்தது. தெருவில், சில ஆயிரக் கணக்கான பேர் வன்முறையில் இறங்கி விட்டார்கள்.

விஷயம் போலீசுக்குத் தெரிந்து ஸ்தலத்தை முற்றுகை போடப் போகிறது.

பெரியவரைத் தள்ளிக்கொண்டு மாடியில் ஜனம் நுழையும் பொழுது ரங்கநாயகி குறுக்கிட்டு, 'என் பிள்ளையை விட்டு விடுங்கள்' என்று கூவினாள். இரண்டு துண்டாக அவனைப் போட்டுத் தருவதாகப் பலர் உறுமினார்கள். ஒருவன் ரங்கநாயகி அம்மாளை அப்புறமாகத் தள்ளி விட்டு மற்றவர்களைத் தன்னைத் தொடருமாறு மாடிப்படிகளில் ஏறினான். ரங்கநாயகி என்ன முயன்றும் எழுந்திருக்க முடியாமல் அரற்றினாள். பலர் திமுதிமு வென்று மாடிப் படிகளில் ஏறினார்கள்.

தெருவில், கூச்சல் களேபரம் மாறிப் போய்ப் பலர் திடு திடு வென்று ஓடுவது போல் சப்தம் கேட்டது. ஊர்வலத்தில் ஒரு பகுதியினரும், பொதுமக்களும் தான் அப்படி வெருண்டோடினார்கள். போலீஸ் ஊர்வலத்தை வேறு வழியில் திருப்பிவிட்டு, கூடுதலான காவலர்களைப் பல

வண்டிகளில் ஏற்றிக்கொண்டு வந்து விட்டார்கள். ஒலி பெருக்கியில் அறிவிப்பு செய்துகொண்டே தாமதமில்லாமல் தடி கொண்டு கூட்டத்தை விரட்டி அடிக்க அடிக்கக் கூட்டம் மீண்டும் திரண்டு கூடுதலான சக்திபுடன் எதிர்ப்பட்டது. திரும்பித் திரண்ட கூட்டத்திலிருந்து அளவான ஆனால் அபாயமான கற்கள் எல்லாத் திசைக்கும் பறந்தன. நடுவானத்தில் சோடாப் புட்டிகள் கதிகலங்க வெடித்துச் சிதறி, அதைக் காட்டிலும் அச்சுறுத்தும் சப்தம் ஒன்றும் தொடர்ச்சியாகத் தெருவில் கேட்டது. போலீஸ் கண்ணீர்ப் புகைக் குண்டுகள் வெடித்து விட்டார்கள். தெருவில் வெடித்து விட்டார்கள். தெருவில் இரண்டு முனைகளிலும் இருந்த ஆர்பாட்டக்காரர்கள் மீது குண்டுகள் சீறிப் பாய்ந்தன. கண்ணீர்ப் புகை தெருவெங்கும் பரவியது. விளக்கு வந்திருக்க வேண்டிய நேரத்தில் கண்ணீர்ப் புகை தெருவில் அச்சானியத்தைப் பரப்பியது. புகைக்கும் தாக்கும் குண்டுகளுக்கும் பயந்து ஆர்ப்பாட்டக்காரர்கள் தொலை தூரத்துக்கு ஓட்டம் எடுக்கப் போலீஸார் தடிகளுடன் பெரும் கூச்சலிட்டு பின்னேயே ஓடித் துரத்தினார்கள்.

பெரும் எண்ணிக்கையில் போலீஸ் சத்யநாதன் வீட்டு முன்பு குழுமி வீட்டுக்குள் நுழைந்திருப்பவர்களை வெளியே வரும்படி எச்சரிக்கை செய்தனர். ஒரு போலீஸ் அதிகாரி வீட்டுக்குள் நுழைந்து உள்ளே இருப்பவர்கள் எல்லோரையும் தப்பி விடாமல், கைதாகி நேரே வண்டியில் ஏறும்படி மிகுந்த ஆத்திரத்துடன் உத்திரவிட்டார்.

அவர் அப்படிச் சொல்லிக் கொண்டிருக்கும்போதே சத்யநாதன் அறையிலிருந்து பலவிதமான சப்தங்கள் கேட்டுக் கொண்டிருந்தன போலீஸ் வந்துவிட்டது. அதுவும் ஒரு போலீஸ் அதிகாரி உள்ளே வர முயல்கிறார் என்று தெரிந்ததும் பெரியவரும், மற்றவர்களும் கொஞ்சம் தைரியமடைந்து உரத்த குரலில் எல்லோரையும் வெளியே போகும்படி கூச்சலிட்டார்கள்.'

மாடியிலிருந்து சத்யநாதனை நான்கு பேர் இறுக்கிப் பிடித்துக்கொண்டு, தெருவில் தீர்த்து விடுவதுபோல் தீர்மானித்தவர்கள், ஒரு போலீஸ் அதிகாரியை வீட்டில் எதிர் கொண்டதும் திடுக்கிட்டனர் "இந்தப் பயல் ஊர்வலத்தின்

மேல் சோற்றுத் தட்டை மாடியிலிருந்து எறிந்தான்" என்று ஒரு அன்னியன் ஆத்திரம் குறையாமல் கூச்சலிட்டான். அதிகாரியைக் கண்டதும் ஏற்பட்ட ஆரம்ப திகைப்பு மறைந்து போய், மற்றவர்கள் பழைய கோபத்துடன் கூச்சலிட்டு அதிகாரியை நெட்டித்தள்ளி சத்யநாதனையும் இழுத்துக் கொண்டு தெருவில் ஓடியபோது மீண்டும் வெடிச்சப்தம் தெருவில் கேட்டு நடுக்க வைத்தது.

பெரியவரும், ரங்கநாயகியும் மற்றவர்களும் அந்த ஆள் சொன்ன செய்தியைக் கேட்டு அயர்ந்து போனார்கள். பெரியவர் மாடிக்குப் போய் பார்த்ததில் அது உண்மையாக இருக்கலாம் என்று தோன்றியது நான்கைந்து தட்டுகள் காணப்படவில்லை. அவர் முகம் உயிரிழந்து விட்டது.

இதற்குள் இன்னொரு அதிகாரி சத்யநாதனை அழைத்துக் கொண்டு பெரியவரிடம் வந்தார்.

'இவன் தகப்பனார் நீங்களா?' வருத்தத்துடன் சத்ய நாதனைப் பார்த்து 'ஆம்' என்று சொல்லிக்கொண்டே குடும்பத்துடன் அதிகாரியைப் பின்தொடர்ந்து வாசலுக்கு வந்தார். மிகுந்த பயத்துடன் தெருவின் இரண்டு முனைகளையும் பார்த்த பெரியவருக்குப் பகீரென்றது. இருநூறு அடிகளுக்கப்பால் இரண்டு முனைகளிலும் ஆயிரக்கணக்கான பேர் போலீஸ் வேலியைக் கடக்க குமுறிக் கொண்டிருந்தார்கள். ஒலிபெருக்கி மூலம் இரண்டு பக்கங்களிலும் தனித்தனியே போலீஸ் அதிகாரிகள் ஏதோ சொல்லிக்கொண்டிருந்தார்கள். ஒரு முனையில் யாருடைய மோட்டார்கார் அணைக்கப்படாமல் எரிந்துகொண்டு ஏராளமாகப் புகை கக்கிக்கொண்டு இருந்தது. கூட்டம் சமாதானம் அடைய வேண்டுமென்றால் சத்யநாதனைக் கைது செய்தாக வேண்டும். தடியடி, கண்ணீர்ப்புகைக்கு மேல் போவதற்கில்லை. விவகாரம் ரொம்ப மோசமாகிவிடும். போலீஸ் சமாதானங்கள் கேட்கக் கூட்டம் தயாராக இல்லை. சத்யநாதனைக் கைது செய்து கொண்டு போனால் இனியும் அமைதிக்குப் பங்கமில்லை. அதிகாரி சுருக்கமாக கூறினார். பெரியவர்க்கு ஒன்றும் சொல்லத் தோன்றாமல், வாயைத் துண்டால் பொத்திக் கொண்டு குமுறினார்.

சத்யநாதனை வண்டியில் ஏறச் சொன்னார் அதிகாரி.

தவறிப் போய்ப் பிறந்த ஒரு மகாராஜா தனது பொன் சால்வையை ஓவியத்துக்காக முன்பக்கம் சேகரித்துக் கொண்டது போல, போர்த்த இருந்த எட்டு முழ வேட்டியை வலக்கையால் முன்பக்கம் சேகரித்துக் கொண்டு, மற்றபடி நவீன உடையிலிருந்த சத்ய நாதன் வண்டியில் ஏறுவதற்காக அதன் அருகில் சென்று ரங்கநாயகி அம்மாளைத் திரும்பிப் பார்த்தான்.

ரங்கநாயகி 'கண்ணா' என்று கூச்சலிட்ட பொழுது வண்டியில் ஏறி அமர்ந்த சத்யநாதன் மெல்லிய புன்முறுவலுடன் அம்மாவைப் பார்த்தான். அந்தப் பார்வையை, புன்முறுவலைக் கண்டு விட்ட பெரியவர் அந்தக் களேபரத்திலும் திகைத்தார்.

ரங்கநாயகி கொஞ்சம் சந்தோஷத்தில் துக்கித்தாள். வைத்யநாதன் தளர்ந்தான்.

'சத்யாவுக்கு எங்கே போகிறோம் என்று தெரியுமா?' என்று சிதம்பரம் அழுதான். பெரியவர் சத்யநாதனைப் பார்த்தார். வண்டிக்குள் ஒரு மேஜைக்கு முன் அமர்த்திருக்கும் பாவனையில் குடும்பத்தாரைப் பார்க்காமல் அவன் உட்கார்ந்திருந்தான்.

வண்டி நகர்ந்தது.

❖

6. வெளிவந்த கட்டுரைத் தொகுப்புகள்

i) கவிதைக்காக

ஞானக்கூத்தனின் 'கவிதைக்காக' என்ற புத்தகம் விருட்சம் வெளியீடாக முதல் பதிப்பு ஏப்ரல் 1996ஆம் இரண்டாம் பதிப்பாக 2009லிலும் வந்துள்ளது.

இதில் உள்ள கட்டுரைகள் பெரும்பாலும் கணையாழி என்ற இலக்கிய இதழில் தொடர்ந்து வெளிவந்தன. கணையாழி கட்டுரைகளுடன் இன்னும் சில கட்டுரைகளையும் சேர்த்துள்ளார்.

மொத்தம் 34 கட்டுரைகள் கொண்ட புத்தகம்.

'பாரதியார் கவிதைகள் ஓர் உள்முகத் தேடல்' என்ற கட்டுரையும், 'பாரதியின் புதுக்கவிதைகள்' என்ற இரண்டு கட்டுரைகள் உள்ளன. அத்தோடு அல்லாமல் அங்கங்கே பல கட்டுரைகளில் பாரதியாரை மேற்கோள் காட்டுகிறார்.

இனி ஒவ்வொரு கட்டுரையாகப் பார்ப்போம்.

1. பாரதியார் கவிதைகள் ஓர் உள்முகத் தேடல் என்ற கட்டுரையை எடுத்துக் கொள்வோம். பாரதியாரைப் பற்றி ஞானக்கூத்தன் கூறும் கருத்து குறித்து யோசிக்க வேண்டும்போல் தோன்றுகிறது. பாரதியைப் பற்றி இவ்வாறு குறிப்பிடுகிறார்.

'பாரதியின் ஆயுட்காலம் மிகக் குறைந்தது என்பதை நினைவில் கொள்ளும்பொழுது உரைநடை உட்பட அவருடைய எழுத்தின் அளவு பிரமிப்பூட்டுகிறது. ஏறத்தாழ பதினைந்து ஆண்டுகளில் அவருடைய சிந்தனை, கவிதை, நாடு சமுதாயம் என்று ஓயாமல் பிதற்றிக் கொண்டேயிருந்திருக்கிறது.

'அசிரத்தை, வீரியமின்மை, வீண் சுமை, பொருந்தாமை போன்ற பல அவஸ்தைகள் அவருடைய கவிதையைப் பீடித்துள்ளன. இவற்றை அவர் நன்றாகவே அறிந்திருக்கிறார்.

'பதினொன்றாம் வயதில் 'பாரதி' என்ற பட்டமும் பெற்றுவிட்ட இளம் மேதைக் கவிஞன் 27வது வயது முடிய மனசாட்சிக்குக்கந்த உண்மையான கவிதையை எழுதி விட்டிருக்கவில்லை என்பது வேடிக்கைதான். அவருக்குப் பெயர்வாங்கித் தந்த கவிதைகள் வெற்றிலக்கியக் குப்பையாகக் கழிந்து விடுபவை என்று அவர் நன்றாக உணர்ந்திருக்க வேண்டும்.

'பன்றியின் வாழ்க்கையைப் போல் ஆகிவிட்டது' என்று பாரதி மனந்திறந்து சொல்லிக்கொள்கிறார். இடைக்காலத்தில் தன் கவிதையிழப்புக்குக் காரணம் வறுமையின் அலைக்கழிப்பு என்று பாரதி சொன்னாலும் அதற்குக் கொஞ்சமும் குறைந்த தல்ல அவருக்கிருந்த கடந்த காலத்தின் பிணச்சுமை, குழப்பம், சந்தேகம், பாதையின்மை ஆகியவை.

'1906 ஏன் 1909 வரை அதாவது 27 வயது வரை அவருடைய கவிதை சித்தி அடைந்து விடவில்லை என்பதற்கு அந்த வருடத்து அவருடைய கவிதைகளே சான்று கூறும்.

'இன்றைய தேதிக்கு அவர் கவிதை தொலைவு கொண்டு விட்டது. உண்மைதான். அவர் ஏற்றுக் கொண்ட உருவங்கள், பிடிமானங்கள், மனோபாவங்கள், அனைத்தும் இன்று தொலைவில் நின்று போய்விட்டன. கும்மியும், திருப்பள்ளி எழுச்சியும், நான்மணிமாலையும், வெண்பாவும், சிந்தும் கூட அயலாகி விட்டன.

'தொலைவு என்றாலும் பாரதியின் தமிழிலக்கிய ஸ்தானம் மறைந்து விட்டதாகப் பொருளில்லை. அது தொலைவிலிருந்தாலும், அங்கே ஒளியிருப்பதையும் ஓரோரு சமயம் அதன் தொலைவைக் கடந்து வீசி விடுவதையும், பார்க்கும்பொழுது வியக்காமல் இருக்க முடியவில்லை.'

பாரதியின் புதுக்கவிதைகள் என்ற இரண்டாவது கட்டுரையில் ஞானக்கூத்தன் இப்படிக் குறிப்பிடுகிறார்.

‘பாரதியின் புதுக்கவிதை அவரது மற்ற கவிதை உலகிலிருந்து எடுத்துக்கொண்டு தனக்குப் பொருந்திய நடையில் இயங்கித் தன்னளவில் முழுமையான ஒரு தனி உலகைக் காட்டுகிறது. பாரதி இந்த உலகில் தன்னைத் துறந்து வேறு ஒரு பரிமாணத்தில் பிரவேசிக்கிறார் என்று சொல்ல வேண்டும். இந்த உலகில் ஆர்ப்பாட்டம் இல்லை. அடக்கம் இருக்கிறது. ஆவேசம் இல்லை. அமைதி இருக்கிறது.’

‘கவிதையின் மெய்மைகள்’ என்ற மூன்றாவது கட்டுரையைப் பற்றி ஏற்கனவே எழுதியிருக்கிறேன்.

நான்காவது கட்டுரை ‘குறிப்பும் கவிதையும்’ இதில் ஞானக்கூத்தன் இப்படிக் குறிப்பிடுகிறார்.

‘வடமொழியில் கூறப்படுகிற தொனி தமிழில் குறிப்பு என்று உணர்த்தப்படுகிறது. ஆனால் குறிப்பு 25 ஆண்டுகளுக்கு முன்பாகவே புதுக்கவிதை இயக்கத்தின் கவனத்தைக் கவர்ந்திருக்கிறது. மயன் என்ற பெயரில் க.நா.சு எழுதிய செய்யுள்களில் பலவற்றில் குறிப்பு காணப்படுகிறது.

1959ஆம் ஆண்டு ‘சரஸ்வதி’ ஆண்டு மலரில் க.நா.சு எழுதிய கட்டுரையில் தொனி குறிப்பிடப்பட்டிருப்பதோடு தன் கவிதைக்கும் புதுக்கவிதைக்கும் முக்கிய அழகாக தெளிவு தொனிக்க வேண்டும் என்று அவர் கூறுகிறார்.

‘ஒரு தலைப்பட்சம்’ என்ற தலைப்புள்ள செய்யுளில் முதல் வரி :

‘நான் எழுதுவதை நானே அனுபவித்து ரஸிக்கிறேன்’ வேறு யாரும் ரசிக்க முன்வர வேண்டியதில்லை என்பது குறிப்பு.

‘தெரியும்போதே பாருங்கள்’ என்ற பெயரில் ஐந்தாவது கட்டுரை வெளிவந்துள்ளது. இக் கட்டுரையின் சாரம்சத்தை ஞானக்கூத்தன் வார்த்தைகளிலேயே குறிப்பிட விரும்புகிறேன்.

நிகழ்வுகளில் எல்லா மனிதர்க்கும் ஈடுபாடு. வாழ்க்கையும் நிகழ்வுகளின் தொகுப்பாகத்தான் அமைந்திருக்கிறது. நிகழ்வுகளின் சிறப்பு அவற்றின் சிறுமை பெருமையில் இல்லை. நிகழ்வென்பதே தன்னளவில் சிறப்புடையது.

நிகழ்வுகள் சமூகத்தின் செயல்பாடாகவோ தனி மனிதனின் வாழ்க்கையாகவோ இருக்கலாம்; இன்று இலக்கிய உலகின் நிகழ்வு புதுக்கவிதை.

ஆறாவது கட்டுரையின் பெயர் 'ஏற்பியல்.' கட்டுரையின் தொடக்கத்தில் ஞானக்கூத்தன் இப்படி குறிப்பிடுகிறார் :

'ஏற்பியல்? செய்யுள் இயல், மெய்ப்பாட்டியல், உவம இயல் இன்னும் பல இயல்களைக் கூறும் தொல்காப்பியத்தில் இப்படி ஒன்று காணப்படவில்லை.

இன்று பல ஏற்பியல்கள் உள்ளன. ஒவ்வொரு பத்திரிகைக்கும் ஒவ்வொரு ஏற்பியல் உள்ளன. குமுதத்தின் ஏற்பியல் விகடன், கல்கிக்கு இல்லை, விகடனுக்கே இரண்டு தலைமுறைக்கு முன்பிருந்த ஏற்பியல் வேறு. பெரிய பத்திரிகைகளின் ஏற்பியல் ஒத்து வராமல் சிறுபத்திரிகைகள் வெளிவந்தன.

கடைசியாக வெளிநாட்டுச் செய்திகளும் இலக்கியங்களும் நமது ஏற்பியலை பாதிக்கத்தான் செய்கின்றன.

புதுக்கவிதைகளுக்கு ஏற்பியல் உண்டா?

உண்டு. அது கலை நிர்மாணத்தைப் பற்றியது. கருத்து, சமயம், அரசியல் இவற்றைப் பாராட்டாதது.

ஏழாவது கட்டுரை. 'கவிதையும் அளவும்.' இதில் ஞானக்கூத்தன் என்ன சொல்கிறார் என்பதை சுருக்கமான வடிவத்தில் குறிப்பிடலாமென்று நினைக்கிறேன்.

இன்று தமிழில் மூன்று நடை வழக்கில் இருந்து வருகிறது. ஒன்று பேச்சு நடை, இரண்டாவது எழுத்து நடை (இதுதானே உரை நடை எனப்படுகிறது) மூன்றாவது செய்யுள் நடை. கவிதைக்கு பேச்சு நடையிலிருந்து மாறுபட்ட நடை தேவை என்றால் முதலில் வருவது உரைநடைதான் பிறகுதான் செய்யுள் நடை. அளவின் அடிப்படையில் எழும் ஓசை உரைநடையை மேற்கொள்வதால் கிடைப்பதற்கில்லை. அவ்வாறே செய்யுள்களை பற்றிய முன்னோர்களின் உள்ளமைந்த கருத்துக்களும் புதுக் கவிதைக்குப் பொருந்தாது.

புதுக்கவிதையில் ஓசை இல்லை என்று கூற முடியாது. இந்த ஓசை முன்னோர் செய்யுளின் ஓசைக்கு மாறுபட்டது.

'காவியப் பொருண்மை' என்ற எட்டாவது கட்டுரையில் ஞானக்கூத்தன் ஒரு பொருளை அறியாமல் மனம் அமைக்கும் உருவத்தைப் பற்றி பேசுகிறார்.

மனதில் ஒரு பொருளின் புலப்பாடு பற்றி ஆராயும்போது அது அறிதலில் தொடர்பாக இருப்பதைப் பார்க்க முடிகிறது. இதில் செயல்படுவன.

1. கண்கூடான காட்சி

2. கண்கூடான காட்சியின் நினைவு

3. பார்க்கப்பட்ட பொருளில் அதைப் பற்றிய முன்னறிவின் காரணமான அடையாளங்கண்டு அறிதல்

4. அதுதான் இது என்று அறிதல்

'புரியாமை பற்றிய சில புரிதல்கள்' என்ற ஒன்பதாவது கட்டுரையில் நுழையும்போது ஞானக்கூத்தன் இப்படி கூறுகிறார்.

'பொருள் விளங்காத கவிதைகள்' என்பது புதுக்கவிதையில் ஒரு வகையாக ஏற்கப்பட்டுள்ளது. இத்தகைய கவிதைகள் பொருள் விளங்கும் கவிதைகளைப் பின்னுக்குத் தள்ளி விமர்சகர்களின் கவனத்தையும் தூஷிப்பவர்களின் குற்றச் சாட்டையும் பெறுகின்றன. புரிகிற கவிதைகளைக் காட்டிலும் புரியாத கவிதைகளே சிறந்தன என்ற கருத்துக்கூட நிலவுகிறது.

பத்தாவது கட்டுரை 'கவிதையின் உருவம்.' கவிதையை மதிப்பீடு செய்பவார்கள் கவிதையின் உருவம் உள்ளடக்கம் என்று பிரித்துப் பேசுவது வழக்கமாக இருந்து வருகிறது. கவிதையின் உள்ளடக்கம் என்பது எளிதாகப் புரிந்து கொள்ளக் கூடியது. ஆனால் உருவம் அவ்வளவு எளிதான செய்தியாகத் தெரியவில்லை.

'ஈங்கோய் மலை வானரம்' என்ற கட்டுரையில் பதினோராவது கட்டுரை விமர்சனம் செய்பவருக்குக் கலையைப் பற்றிய வாஸனை அமைந்திருக்க வேண்டும். இது இயல்பாக அவரிடம் இருக்க வேண்டும். எத்தனை விமர்சன

நூல்கள் படித்திருந்தாலும் போதாது. எத்தனை விமரிசனத் தொடர்களை வீசினாலும் போதாது. இயல்பான விமரிசகன் படைப்பாளிக்கு சக உதரன் அல்ல, சக இருதயன் என்கிறார்.

'சரியான சொல்' என்ற கட்டுரை பன்னிரண்டாவது கட்டுரை. அதில் ஞானக்கூத்தன் கூறுகிற கருத்துகள்.

சரியான சொல் என்ற உளைச்சல் கவிஞர்களைத் தொன்று தொட்டே படுத்திக்கொண்டு வந்திருக்கிறது. சரியான தொடக்கம் என்பது சரியான சொல்லிலிருந்து வரப்பெறுகிறது என்ற நம்பிக்கையும் இருந்து வந்துள்ளது.

ஒரு நூல் நல்ல சொல்லில் தொடங்கவேண்டும் என்ற மரபு தோன்றியது. சொல் மட்டும் அல்லாமல் எழுத்தும் இந்தப் புதிய நம்பிக்கைக்கு ஆளாயிற்று.

'சொல்லின் நிகழ்வு' என்ற 13வது கட்டுரையில் ஞானக்கூத்தன் கூறுவதைக் கேட்போம்.

சொல்லை 'பேசப்பட்ட நிலை', 'பேசப்படாத நிலை' என்று இரண்டு வகையாக்கலாம்.

பேசப்படாத நிலையில் சொல் இருக்கிறதா? ஒவ்வொரு பொருளுக்கும் ஒரு பெயர் இருக்கிறது. நாம் கொடுத்தது. பெயர் தெரியாத ஒன்றையும் அதன் இனப்பெயர் கொண்டு நாம் அறிகிறோம். பெயர் தெரியாத ஒரு பூவை அது ஒரு பூ என்று அறிந்து கொள்கிறான்.

இந்திய ஆன்மிகத் தத்துவம் ஓசையை நான்கு வகையாகச் குறிப்பிடுகிறது. இவை பர, பஸ்யந்து, மத்யமா மற்றும் வைகாரி என்று குறிப்பிடப்படுகின்றன. இவற்றிலிருந்து பெறப்படும் வாக்கு என்ற தத்துவம் கவிதைக்கு எட்டியிருக்கிறது.

ந.பிச்சமூர்த்தி படைப்புகள், டெரெக் வால்காட் கட்டுரைகள் எழுதி உள்ளார்.

'காவிய மௌனம்' என்ற தலைப்பில் 17வது கட்டுரை எழுதி உள்ளார். எழுத்தாளர் மௌனி கதைகளை சிலாகித்து 'மௌனியைப் படிப்பது' என்ற கட்டுரை எழுதி உள்ளார்.

இந்திரா பார்த்தசாரதியின் 'வைணவமும் தமிழும்' என்ற ஆங்கில ஆய்வேட்டின் தமிழாக்கத்தை விமர்சித்துக் கட்டுரை எழுதி உள்ளார்.

இருபதாவது கட்டுரையின் பெயர் ‘அவுச்சியத்தியம்.’ இதில் ஞானக்கூத்தன் குறிப்பிடுவது என்னவென்றால், ‘அவுச்சியத்தியம்’ என்ற கோட்பாடு பாத்திரத்தின் பேச்சுக்கும் பொருந்துவதாக இருக்க வேண்டும். பாத்திரம் தனது தகுதிக்கும், பேசும் சூழலுக்கும் ஏற்றாற்போலப் பேச வேண்டும். பேச்சும் அப்படி அமைந்திருக்க வேண்டும். நமது காலத்துப் புதுக்கவிதைகளில் பல சந்தர்ப்பங்களில் தகுமுறை இடறுவதைப் பார்க்க முடிகிறது. அதிலும் குறிப்பாகக் கவிஞர்கள் கவிதையை சிருட்டிக்காமல், தன்னைப் பற்றிய அறிக்கையின் தோரணமாகக் கவிதையை மாற்றும் போது அது உசிதமாகப் படவில்லை. ஆம் அவுச்சிதியமென்றாலும் உசிதம் என்றாலும் ஒன்றுதான்.

‘எட்டயபுரம்’ என்ற கலாப்ரியா கவிதைத் தொகுப்பைப் பற்றி விமர்சித்துக் கட்டுரை எழுதி உள்ளார்.

22வது கட்டுரையின் பெயர் 'வக்கிர நவிற்சி.' ஞானக்கூத்தன் முக்கிய கருத்துக்களைக் குறிப்பிடுகிறார்.

‘கவிதையின் கலை வக்ரத்துவத்தினால்தான் சாத்தியமாகிறது.

எழுதுவது என்ற இந்தச் செயல் வக்ரத்துவத்தின் அடிப்படையில் எழுந்திருக்க வேண்டும். எழுதுவது நேர்மை அற்ற செயல்.

குந்தகர் கருத்துப்படி ஸ்தோத்திரங்கள் கவிதைகள் அல்ல என்பதை ஒப்புக் கொள்ள முடிந்தாலும் நமது ஆழ்வார் நாயன்மார்களின் இலக்கியங்களை ஒட்டுமொத்தமாகத் தள்ளிவிட முடியாது. முற்றிலும் இசையை நம்பியே எழுதப்பட்டவை கவிதைகளாக நிலைபெற முடியவில்லை.

‘கவிஞர் வகைமை’ என்பது 23வது கட்டுரை.

கருத்தாழமும், சொற்சிறப்பும் இல்லாமல் எழுதப்படுகிற கவிதை வெள்ளைக் கவிதை. ஆனால் வெள்ளக் கவிதைகளை ஒருவர் வாழ்நாள் முழுவதும் கூட எழுதிக்கொண்டிருக்கவும் முடியும்.

நமது காலத்துக் பெருங்கவிஞரான பாரதியாரிடத்தில் வெள்ளைக் கவிதை உண்டா? உண்டு என்கிறார்

ஞானக்கூத்தன். 'விவேக பானு' என்ற இதழில் 1904 ஆம் ஆண்டு பாரதியார் எழுதியதாகக் கூறப்படும் 'தனிமை இரக்கம்' என்ற கவிதையை வெள்ளைக் கவிதையாகக் கூறலாம் என்கிறார் ஞா.கூ.

அப்போது பாரதிக்கு 22 வயது என்ற தகவலையும் குறிப்பிடுகிறார். இலக்கிய வரலாற்றில் ஒரு பெருங்கவிஞரின் வெள்ளைக் கவிதை என்ற சிறப்பு இதற்கு உண்டு என்கிறார். ந.பிச்சமூர்த்தியின் 1937ல் எழுதிய 'அக்கா குருவி' என்ற கவிதையையும் வெள்ளைக் கவிதை வரிசையில் சேர்க்க வேண்டும் என்கிறார்.

வெள்ளைக் கவிஞர், கள்ளக் கவிஞர், பிள்ளைக் கவிஞர் ஆகியவர்களுக்கு அப்புறம் வருகிறார் சார்த்துக் கவிஞர். சார்ந்திருக்கும் இயல்புடையவர். ஆகையால் சார்த்துக் கவிஞர் என்று இவருக்குப் பெயர். ஒருவர் பாடிய கவிதையின் போக்கைத் தனக்கு முன் மாதிரியாகக் கொண்டு கவிதை எழுதுகிறவர் இவர்.

வெள்ளைக் கவி, கள்ளக்கவி, பிள்ளைக்கவி, சார்த்துக்கவி, என்ற நான்கு வகைமைதானா? கவிஞர்களின் வேறு வகையே கிடையாதா? சினிமாக் கவிஞர், மேடைக் கவிஞர், கட்சிக் கவிஞர், ஒருவரைத் தொடரும் பாரம்பரியக் கவிஞர்கள் இவர்களெல்லாம் இல்லையா? தாராளமாக இருக்கிறார்கள். அந்த நான்கு கவிஞர்களின் தாயாதிகளாக.

'மீண்டும் அவர்கள்' என்ற அவருடைய கவிதைத் தொகுப்பிற்கு முன்னுரையாக 'வணங்கிச் சில வார்த்தைகள்' என்ற தலைப்பில் 24வது கட்டுரையாக இத் தொகுப்பில் சேர்த்துள்ளார். ஞானக்கூத்தன் வரிகளில்,

'கவிதை கலைகளில் கடினமானது, கவிஞர்களுக்குக் கால் காகிதம் கிடைத்தால் போதும். நாங்கள் அப்படியல்ல, என்று ஓவியர்கள் சொல்லக் கேட்டிருக்கிறேன், காகிதத்தைப் பார்த்தால் கவிதை வந்து விடுகிறதா என்ன? தாள் கிடைத்தும் கூடக் கவிதையை அதன்மேல் பதிய விடாமல் செய்த சந்தர்ப்பங்கள் உண்டு. ஓவியர்களுக்கும் இப்படி நேரும் என்று நம்புகிறேன்.'

'நவீன கவிதையின் முதன்மையான லட்சணம் அது பாட்டுக்குப் பொறுப்பதற்றதாக இருக்க வேண்டும் என்பது. மற்ற கலைகளின் உதவியல்லாமல் வெறும் சொற்களைக் கொண்டே அது பிரசன்னமாக வேண்டும். ஆகிக் கொண்டிருக்க வேண்டும்.

எத்தனையோ இழப்புகளுக்கிடையில் நான் கவிதைகளை எழுதி வந்திருக்கிறேன். அதற்கு அடிப்படையான ஒரு காரணம் உண்டு. அரசியல், சினிமா என்ற இரண்டு ராட்சதத் துறைகளின் கருணையில்லாமல் என் கவிதைகள் எவ்வளவு தூரம் வெளியுலகுக்குத் தெரியவருகிறதென்று பார்க்கலாம் என்ற அறைகூவல்தான் அது.'

'ஆயுதமும் காகிதமும்' என்ற 25வது கட்டுரையை இந்த நூலில் சேர்த்துள்ளார்.

'நினைவுக் குமிழிகள்' என்ற தலைப்பில் 'ரவி சுப்பிரமணியனி'ன் 'காத்திருப்பு' என்ற கவிதைத் தொகுப்பு குறித்து விமர்சனம் செய்துள்ளார்.

காசியபனின் அசடு நாவலை முன் வைத்து இருப்புக் கொள்ளாத அந்தணர்கள் என்ற கட்டுரை 27வது கட்டுரையாகச் சேர்ந்துள்ளது.

28வது கட்டுரையான சாஸ்திர வாதக் கண்ணோட்டம் என்ற கட்டுரையில் இவ்வாறு குறிப்பிடுகிறார்.

'இன்றைய புதுக்கவிதையில் சுவையை உடனே அள்ளித் தரும் கவிதைகள் வர்த்தக நோக்குடையவை என்று காணலாம். இவற்றைத் தமிழாசிரியர்களும் அவர்களால் தயாரிக்கப்படும் மாணவக் கவிஞர்களும் எழுதுகிறார்கள். இவற்றைப் பட்டிமன்ற வாயாடிகளும் இன்ன பிறரும் மேற்கோள் கூடக் காட்டுகிறார்கள்.

புதுக்கவிதை கோஷங்களை, ஜிங்கிள்ஸ் வரிகளை வெறுப்பதுபோலவே உபதேசங்களையும் வெறுக்கிறது. வாசகனுடன் பரிச்சயம் கொள்ளப் பரவலாகப் பயன்படும் உத்திகளைத் தொடாமல் புதுக்கவிதை இயங்க வேண்டியுள்ளது.

29வது கட்டுரை அழகியசிங்கரின் கவிதைகள். அழகியசிங்கரின் முதல் கவிதையை மட்டும் எடுத்துக்கொண்டு தீவிரமாக ஆராய்ந்து எழுதியிருக்கிறார்.

அப்போதிருந்த இடைவெளியில் கரிகாலன் எழுதிய 48 கவிதைகளின் தொகுப்பு. 30வது கட்டுரை தொகுப்பில்.

வைதீஸ்வரனின் கவிதையில் நவீன உலகம் என்ற தலைப்பில் இந்தப் புத்தகத்தில் ஒரு கட்டுரை சேர்ந்துள்ளது. அக் கட்டுரை 31வது கட்டுரை ஆகும்.

32வது கட்டுரை 'சங்க இலக்கியம்' என்ற பெயரில் ஒரு கட்டுரை. இதைப்பற்றி கட்டுரையில் கூறப்பட்டவை.

'தமிழர்களின் தொன்மைக்கும் இலக்கியச் சிறப்புக்கும் சான்றாகத் திகழ்வது சங்க காலம்.'

'இந்தச் சங்கம் என்பது ஜைனத் துறவியான வஜ்ர நந்தி என்பவரால் மதுரையில் நிறுவப்பட்டதென்று ஒரு செய்தி உண்டு.

'சங்கம் என்ற சொல் புத்தரால் புகழ் பெற்றது. எனவே பௌத்தருக்கும் இதற்கும் தொடர்பு உண்டு.

'சங்க காலத்தைப் பற்றிப் பேசினால் முதலில் அதன் திணைக்கோட்பாடுதான் நினைவுக்கு வரும்.

'இக்கோட்பாடு சமுதாய மற்றும் மானுட இயல் அறிஞர்களாலும் இன்று அறியப்பட்டு கருத்து கூறப்படுகிறது.

சங்க இலக்கியங்கள் வாழ்க்கையை அதன் துண்டு துணுக்குகளில்தான் அனுபவிக்கவும் அறியவும் முடியும்.'

இத் தொகுப்பின் 33வது கட்டுரை 'சி.சு. செல்லப்பா 80' என்ற கட்டுரை. இந்தக் கட்டுரையில் ஒரு சுவையான செய்தியை ஞானக்கூத்தன் வெளிப்படுத்துகிறார்.

'சென்ற நூற்றாண்டின் இறுதியில் உ.வே.சாமிநாதய்யர் ஒரு கல்லூரியில் பேசினார். அவையிலிருந்தவர்களை ஒரு கால் மணி நேரம் தமிழுக்கு ஒதுக்குமாறு கேட்டுக் கொண்டார். அந்தப் பேச்சைக் கேட்டுத் தமிழ் படிக்கத் தொடங்கி, ரசிக மணியாகத் திகழ்ந்தவர் டி.கே. சிதம்பரநாத முதலியார் அவர்கள்.'

இந்தப் புத்தகத்தின் முன்னுரையில் ஞானக்கூத்தன் எழுதியது முக்கியமாகத் தோன்றுகிறது.

'கடினமான காரியங்களில் ஒன்று படிப்பது. இதிலிருந்து தப்பித்துக்கொள்ளவே பலரும் விரும்புகிறார்கள். முற்றிலும் தப்பித்துக்கொள்ள முடியாதபடி நவீன மனிதனின் வாழ்க்கை அமைந்து விட்டது. எனவே சிலவற்றைப் படித்தும் வேறு சிலவற்றைப் படிக்காமலும் விட மனிதன் தெரிந்துகொள்ள வேண்டியிருக்கிறது. இதனால் எழுதுகிறவர்களுக்குப் பெரிய நஷ்டம். நாவல் படிப்பவர்கள் கவிதை படிப்பதை விட்டு விடுகிறார்கள். கவிதை படிப்பவர்கள் நாவல்களைப் படிப்பதாகத் தெரியவில்லை. பலர் பழைய இலக்கியங்களை முற்றிலும் தவிர்த்து விடுகிறார்கள். தமிழாசிரியர்கள் நவீன இலக்கியங்களைப் படிப்பதில்லை. படிப்பவர்கள் அதைக் கேலி செய்ய இடம் தரும் எழுத்துக்களைப் படிக்கிறார்கள். இப்படி வாசகர்களின் கடைத்தெரு வீணாகிக்கொண்டிருக்கிறது. இதற்கிடையில் படிக்கிறார்களோ இல்லையோ வெளியிடும் வாய்ப்பு இருக்கிறதோ இல்லையோ எழுதுகிறவர்கள் இருந்து வருகிறார்கள்.'

இந்தப் புத்தகம் வெளியீட்டாளர் என்ற முறையில் நான் (அழகியசிங்கர்) ஏற்கனவே பதிவு செய்த கருத்துக்களை இங்குக் குறிப்பிட விரும்புகிறேன்.

'கவிதைகளுடன் அவற்றைக் குறித்து கட்டுரைகளும் எழுதுபவர் ஞானக்கூத்தன். மரபு ரீதியான ஆழ்ந்த அறிவும், புதிய நோக்கும், வெளிப்பாட்டுத் திறனும், சுருக்கமாகச் சொல்லிப் புரிய வைக்கும் தன்மையும் கொண்டவை இவர் கட்டுரைகள். 'மீண்டும் அவர்கள்' என்ற கவிதைத் தொகுப்பு நூல், தமிழில் குறிப்பிட வேண்டிய ஒன்று. பெரும்பாலும் கவிதைகள் எழுதுபவர்கள், அவற்றைக் குறித்து தர்க்கம் உள்ளவர்களாக இருப்பதில்லை. திறன் அளவில் இரண்டும் வேறு வேறானவை. ஆழ்ந்த படிப்பும், தொலை நோக்குப் பார்வையும் கொண்டவர்களால் சாத்தியப்படக்கூடிய ஒன்று. இவ்விஷயத்தில் ஞானக்கூத்தன் திறமையானவர். எதிர்ப்படும் கவிதைகளைத் தரம் பார்த்து கருத்துச் சொல்லப் பழக்கப்பட்டவர். மனதில் நினைத்துக்கொண்டு சொல்லில் கொண்டு வருவதைத் திறமை உள்ளவர்களே அறிய இயலும்.

இலக்கியத் தரமான கட்டுரைகளடங்கிய இந்நூலின் மூலம், புதிய விபரங்களை, புதிய பாணியில் உருவாக்கி உள்ளார். புத்தக மதிப்புரைகளில் கவிதைகளை மையமாகக் கொண்டு, புதிய தகவல்களைத் தருகிறார். அவ்வாறு தருவதோடல்லாமல் தீவிர வாசிப்புக்கு உள்ளாக்கி புதிய சிந்தனை அலைகளை உருவாக்குகிறார் இன்றைய கவிதைகளை அறிந்துகொள்ளப் பூரணமாக உதவும் நூல் இது.

2) ஞானக்கூத்தனின் கவிதைகளுடன் ஒரு சம்வாதம் மற்றும் சில கட்டுரைகள்

பன்முகம் என்ற சிற்றேட்டில் 2003ல் கொடுத்த பேட்டியுடன் இந்தப் புத்தகம் ஆரம்பமாகிறது.

இப்புத்தகத்தில் முன்னுரை எழுதி உள்ளார் ஞானக்கூத்தன். அப்பகுதி முக்கியமானது.

'நவீன இலக்கியத்தின் சார்பாக ஒருமுறை நான் அக்காலத்தில் நடத்தி வந்த 'உமா' என்ற பத்திரிகைக்கு ஒரு கட்டுரை அனுப்பினேன். அது வெளியாகவில்லை. அதே பத்திரிகையில் க.நா.சு பற்றிய ஒரு விவாதத்தில் நான் எழுதிய கடிதத்தையும் அது வெளியிடவில்லை. 'எழுத்து' பத்திரிகையில் வெளியான சில கவிதைகள் குறித்து எழுதியனவும் அப்பத்திரிகையில் பிரசுரமாகவில்லை.'

முன்பே 'எழுத்து' பத்திரிகையும், சி.சு செல்லப்பாவும் அவருக்கு நன்கு அறிமுகமானாலும் அப் பத்திரிகையில் எதுவும் வெளியிடவில்லை.

இப் புத்தகம் 'உரையாடல்' என்ற கட்டுரையுடன் ஆரம்பமாகிறது. அவர் பேட்டியின் சாராம்சத்தை இங்குக் குறிப்பிட விரும்புகிறேன்.

எந்த ஒரு புது படைப்பாளியும் தன் படைப்பு வெளியிட ஒரு பத்திரிகை இல்லை என்று வருந்தக்கூடாது என்பது 'கசடதபற' வின் நோக்கங்களில் ஒன்று.

காளமேகப் புலவர் தமிழின் சாதாரண மக்களின் முதல் பெருங்கவிஞர். இவர் அங்கதத்துக்கு சாதாரண மக்களே பாத்திரமானவர்கள்.

கவிதைக்குக் கோட்பாடு அவசியம் என்று கருதுகிறீர்களா என்ற கேள்விக்கு ஞானக்கூத்தனின் பதில் : 'கவிதைக்குக் கோட்பாடு அவசியமா என்றால் வேண்டும் என்பதுதான் என்று சொல்ல வேண்டும்' என்கிறார்.

மேலும் ஒரு படைப்பு வாசகன் மனதில் புகுந்து மறு ஆக்கம் பெறுகிறது. ஒருவன் மனதில் புகுந்து அம்மனத்தை இடையூற்றுக்கு ஆளாக்குவதுதான் படைப்பாளியின் நோக்கமா? படைப்பின் விளைவா, விளைவுகள் நல்லதாகவோ கெட்டதாகவோ இருக்கும் பட்சத்தில் படைப்பின் விளைவு நல்லதாகவே இருக்க வேண்டும் என்பது முன்னோர் கருத்து.

உலகத்தை எட்டுவது இன்று எளிதாகிவிட்டது. வெளிநாட்டுக் கவிஞர்களின் கவிதைகள் நமக்கு ஆங்கிலம் வழி கிடைத்து வருகின்றன. நமது கவிதைகளும் வெளிநாட்டில் கிடைக்கும்.

ஹைக்கூ, சென்ரிபு என்றெல்லாம் புதுப்புதுக் கவிதை விவரங்களைப் பற்றிக் குறிப்பிடும்போது ஞானக்கூத்தன் இப்படி விளக்கம் அளிக்கிறார்.

'சென்ற நூற்றாண்டின் தொடக்கத்திலேயே ஹைக்கூ தமிழுக்கு அறிமுகமாயிற்று. பாரதியார் இதைப் பற்றிக் குறிப்பிட்டார். 1960களின் மையத்தில் க.நா.சு சில ஹைக்கூ கவிதைகளை வெளியிட்டார். சுருக்கமாகத் திட்பமாகச் சொல்லக்கூடிய இந்த வடிவம் மரபு சார்ந்த கவிஞர்களைக் கவர்ந்த அளவுக்கு நவீன கவிஞர்களைக் கவர்ந்ததாகக் கூறமுடியாது. ஹைக்கூ என்றறியாமலே தமிழில் பல 'நுண் கவிதைகள்' எழுதப்பட்டுள்ளன.

ஒரு கவிஞர் என்ற முறையில் சக கவிஞர்களின் கவிதைகளை எவ்வாறு பார்க்கிறீர்கள் என்ற கேள்விக்கு ஞானக்கூத்தனின் பதில் :

'என்னுடையதல்லாத ஒவ்வொரு கவிதையும் தெருக்கோடி வரை சென்று நான் அழைத்துவரும் விருந்தினராகவே பார்க்கிறேன். 1900லிருந்து 2003வரை எழுதப்பட்டு வெளியான

கவிதைகளில் வெளியில் தெரிய வராமலே போய்விட்ட கவிஞர்களின் கவிதைகளையும் நான் படித்திருக்கிறேன். சிலசமயம் நான் கவிதைகளைப் படித்துக் கண்கலங்கி விடுவேன். 90களில் எழுதத் தொடங்கிய பல கவிஞர்களின் பல கவிதைகள் என்னைத் திளக்க வைத்துள்ளன.

இருண்மை என்பது அண்மைக் காலத்துச் சொல்தான் என்றாலும் அந்தப் பண்பு கவிதையில் எப்போதும் இருந்து வருகிறது. கவிதையில் வெளிச்சம் விழாத பகுதி இருண்மை.

இத்தனை ஆண்டுக்கால இலக்கிய வாழ்வில் உங்கள் நிலைப்பாட்டில் சுயவிமர்சனம் ஏதாவது இருக்கிறதென்று கருதுகிறீர்களா? என்ற கேள்விக்கு ஞானக்கூத்தனின் பதில்:

'கடந்த 35 ஆண்டுக்கால வாழ்வில் என் கவிதைகள் அதிகமும் விமர்சிக்கப்பட்டுள்ளன. இன்றும் விமர்சிக்கப்படுகின்றன. முதல் தொகுப்பான 'அன்று வேறு கிழமை' வெளிவந்தபோதே ஒருவர் 'அது வெளிவரட்டும். பாம்பை அடிப்பதுபோல் அடிக்கிறேன்' என்றார். ஏன் அவர் அப்படிச் சொல்ல நேர்ந்தது என்று நான் எண்ணத் தொடங்கினேன். மிகப் பெரிய கவிஞருக்கும் கவிதைக்கு மட்டும் பயன்படுத்தப்படும் சில சொல்லாடல்களை அற்பமாக நினைத்து சிலர் பயன்படுத்துவதைப் பார்க்கிறேன். கவிதையின் உருவம் ஞானசொரூபம்.

இத் தொகுப்பில் இரண்டாவது கட்டுரையின் தலைப்பு ந. பிச்சமூர்த்தியின் கவிதைகள். இதைக் குறித்து ஏற்கனவே எழுதப்பட்டிருக்கிறது.

திணை முதல்வர் க.நா.சுவின் கவிதைகள் என்ற தலைப்பில் எழுதப்பட்ட 3வது கட்டுரையைப் பார்ப்போம்.

க.நா.சு 1912ம் ஆண்டு ஜனவரி மாதம் 31ஆம் தேதியன்று பிறந்தார். 16.12.1988 அன்று புது தில்லியில் அமரரானார்.

க.நா.சு ஞானக்கூத்தனுக்கு எழுதிய கடிதத்தில் இப்படிக் கூறுகிறார்: 'எனக்கு என்னமோ இந்தப் படிமங்கள் விஷயம் முக்கியமான விஷயமாகப் படவில்லை..மொழி என்பதே மொத்தத்தில் ஒரு படிம வரிசைதான். இதைத் தனியாகக் கவிதையின் மேல் ஏற்றி வைத்துத் தேடிப் பிடித்து வளையாததை வளைத்தும் படிமங்களை உற்பத்தி

செய்யும்போது கவி தன் கவிதையில் இலக்குத் தவறி விடக்கூடும் என்று எனக்குத் தோன்றுகிறது. படிமத்தையும் அணி அலங்காரங்களில் ஒன்றாக, அதன் உரிய இடத்தில் முக்கியமானதாகக் கற்றுக் கொள்ளலாமே தவிர மற்றபடி அதற்கு மேல் அந்தஸ்து இருப்பதாக, முக்கியமாகக் கவிதையில் எனக்குத் தெரியவில்லை.

க.நா.சு கடிதம் 1981

க.நா.சு வைப்பற்றி இன்னும் சொல்கிறார் 'திணை முதல்வர்' கட்டுரையில் ஞானக்கூத்தன்.

'இருபதாம் நூற்றாண்டு படைப்பாளிகளில் கவிதைக்கு நிகழ்ந்து கொண்டிருந்த சிக்கல்களை அறிந்தவர்களில் பாரதி, பிச்ச மூர்த்தி, கு.ப.ராஜகோபாலன், புதுமைப்பித்தன், க.நா,சு இவர்கள்தான் முக்கியமானவர்கள். அடுத்த நூற்றாண்டின் இரட்டைக் கதவு மூடிக்கிடந்ததை அறிந்தவர் பாரதி. அதைத் திறக்க முயன்றதில் அது சற்றுத் திறந்து கொண்டது. ஆனால் முழுமையாகத் திறந்து கொண்டு விடவில்லை. அவரே கூட அது முன்போல் மூட வருகிறதா என்று பார்த்தார். ஆனால் க.நா.சுவோ கதவை நன்றாகத் திறந்ததோடல்லாமல், கதவின் இரண்டு பக்கங்களையும் பெயர்த்து அப்புறப்படுத்திவிட்டார்.

'கவிதைகளுடன் ஒரு சம்வாதம்' என்ற நீளமான கட்டுரை இதில் உள்ளது. பல கவிஞர்களின் பல கவிதைகளை இங்குக் குறிப்பிட்டு எழுதி உள்ளார்.

பிரம்ம ராஜன், ஆத்மாநாம், இராதாகிருஷ்ணன், சிபிச் செல்வன், கவிதைகள் குறித்து கட்டுரையில் எழுதி உள்ளார்.

'பட்டினப் பாலையும்,' 'செம்புலப் பெயல் நீரும்' என்ற தலைப்பில் கட்டுரையும் இந்தப் புத்தகத்தில் சேர்க்கப்பட்டுள்ளது.

சல்மாவின் 'பச்சைத்தேவதை,' க.வை. பழனிசாமியின், 'உடலோடும் உயிர்,' கடற்கரய் கவிதைகளில் 'குறிப்பேற்றம்' என்ற தலைப்பிலும் கட்டுரைகள் எழுதி உள்ளார்.

ஆக மொத்தத்தில் இத் தொகுப்பில் பெரும்பாலும் புத்தக மதிப்புரைகள் நிரம்பி உள்ளன.

7. ஞானக்கூத்தனின் புதல்வர் திவாஹர் ரங்கநாதன் நினைவுகள்

மேசை நடராசர்

ஞானக்கூத்தனின் நகைச்சுவை வெளிப்படும் கவிதைகளில் ஒன்று 'மேசை நடராசர்' (1988). இந்த ஐம்பொன் நடராசர் சிற்பம் எங்கள் வீட்டில் இருந்தது. கவிதையில் வருவது போல் எழுதாத பேனா, மூக்குடைந்த கோணூசி, கழுத்து நீண்ட எண்ணெய்ப் புட்டி எல்லாம் சூழ்ந்து அந்தச் சிற்பம் இருந்தது. "அவ்வை நடராசன் போல" என்று கவிதையின் தலைப்பு பற்றி அவர் என்னிடம் சிரிப்புடன் சொன்னதும் நினைவிருக்கிறது ("கவிஞர்களுக் கெந்நாளும் பண்டிட்ஜீக்கள்" என்று அந்தக் காலகட்டத்து மரபுக் கவிஞர்களைப் பற்றி எழுதியவராயிற்றே).

நாங்கள் மறைமலைநகரில் இருந்தபோது காட்டாங்குளத்தூரில் மிகத் தேர்ந்த ஒரு சிற்பி இருந்தார். துரதிர்ஷ்டவசமாக அவர் பெயர் நினைவில் இல்லை. இந்த அற்புதமான நடராசர், அதற்கு இணையான சிவகாமி, பின்னர் ஒரு காளிங்க நர்த்தனர் ஆகியவற்றை எங்கள் சிற்பி வடித்துக்கொடுத்தார். சிற்பியின் சற்றுப் பெரிய குடிசை போன்ற பட்டறைக்கு என் தந்தை என்னை அழைத்துச் சென்றிருக்கிறார். நடராசர் சமீபத்தில் இடம் மாறியதற்கு முன்பு வரை மற்ற பொருட்களிடையே விடாமல் ஆடிக் கொண்டிருந்தார். நடராசர் இருந்த மேசை, மடக்கத்தக்க ஒரு ஸ்டூல் மேசை. இதில் நடராசர் குடியேறுவதற்கு முன்பு, என் பொருட்களை பாடநூல்கள், எழுதுபொருட்கள் மற்றும் பிற வைத்துக்கொள்ள எனக்கு அது தரப்பட்டது. நான் ஒன்பதாம் வகுப்பு படித்துக்கொண்டிருந்தேன். படிப்பில் கெட்டி இல்லை. இவன் என்ன ஆவானோ என்ற கவலை என் தந்தைக்கும்

இருந்தது. நான் என் மேசையை சுத்தமாக வைத்துக்கொள்ள அடிக்கடி துடைத்தேன். படிப்பு வராமல் ஆபீஸ் வேலைக்கு பதிலாக ஓட்டல் வேலைக்குப் போய்விடுவேன் என்று பயந்தாரோ என்னவோ, 'இவன் டேபிள் துடைப்பதைப் பார்க்க சகிக்கவில்லை' என்று என் அம்மாவிடம் சொன்னார். எங்கள் குடும்பத்திடம் குறைந்தது முப்பது ஆண்டுகளாக இருந்த ஒரு பழைய டிரங்குப் பெட்டியை மேசைக்கு பதிலாகப் பயன்படுத்தக் கொடுத்தார். நான் ஒன்பதாம் வகுப்பில் தேர்ச்சி பெற்றேன், 'புரமோட்டட் வித் வார்ணிங்' என்ற கடிதத்துடன்.

சைக்கிள்

ஞானக்கூத்தன் 1971இல் எழுதிய 'சைக்கிள் கமலம்' சில நினைவுகளைக் கிளறுகிறது. என் தந்தை சைக்கிள் ஓட்டி நான் பார்த்ததில்லை. ஒரு கெட்ட பழக்கத்தை நிறுத்துவது போல் சைக்கிள் ஓட்டுவதை அவர் நிறுத்தியதற்குக் காரணம் இருந்தது. சிறுவனாக இருந்தபோது அவரது சொந்த ஊரான திருஇந்தளூரில் ஒரு எம்.எல்.ஏ.வின் கார் மேல் மோதினாராம். அவருக்கு என்ன திட்டு, தண்டனை கிடைத்ததோ தெரியவில்லை, சைக்கிள் ஓட்டுவதை அதோடு நிறுத்தினார்.

எண்பதுகளில் நாங்கள் மறைமலைநகரில் ஒரு எல்.ஐ.ஜி. வீட்டில் இருந்தபோது என் தந்தை ஒரு சைக்கிள் வாங்கினார். அப்போதும் அவர் அதை ஓட்டியதாக நினைவில்லை. அந்த சைக்கிள் ஆறு மாதம், ஒரு வருடம் போல் எங்கள் வீட்டில் கிடந்தது. பிறகு அதை விற்றுவிட்டார்.

நான் கல்லூரியில் படித்துக்கொண்டிருந்தபோது, கவிதையை எப்படிப் புரிந்துகொள்ள வேண்டும் என்பதற்கு எடுத்துக்காட்டாக இந்தக் கவிதையை வரிக்கு வரி விளக்கினார். எ.கா., "அப்பா மாதிரி ஒருத்தன் உதவினான்" என்ற முதல் வரியிலேயே கவிதைசொல்லி, சிறுமி கமலத்திடம் மையல் கொண்டிருந்த ஒரு சிறுவன் என்பதையும் சைக்கிள் பழகக் கற்றுக்கொடுத்த ஆளிடம் பொறாமைப்பட்டான் ("அப்பா மாதிரி ஒருத்தன்" என்ற வசை) என்பதையும் நிறுவுகிறார். "கடுகுக்காக ஒரு தரம், மிளகுக்காக ஒரு தரம், கூடுதல் விலைக்குச் சண்டை பிடிக்க" கமலம் பலமுறை

கடைக்கு சைக்கிளில் காற்றாய்ப் பறந்தது அவள் குடும்பத்தின் வறுமையைக் கூறுகிறது என்றார்.

"வழியில் மாடுகள் எதிர்ப்பட்டாலும் / வழியில் குழந்தைகள் எதிர்ப்பட்டாலும் / இறங்கிக் கொள்வாள் உடனடியாக" என்ற வரிகள் விவரிக்கும் சிறுமியின் மிதமிஞ்சிய எச்சரிக்கை, எம்.எல்.ஏ.வின் கார் மேல் சைக்கிளை மோதிய சம்பவத்துடன் தொடர்புள்ளதோ என்று நினைக்கச் செய்கிறது.

"என்மேல் ஒருமுறை விட்டாள்" என்ற வரி ஆபாசமாக இருப்பதாக அந்த சமயத்தில் சில விமர்சகர்கள் பொருமினார்களாம்.

நீல பக்கெட்டு

1981இல் 'கரப்பானைப் பற்றிக் கொண்டது பல்லி' என்று ஒரு கவிதையை எழுதினார். அதை எழுதிய சமயத்தில் எனக்கு ஏழெட்டு வயது இருக்கும். அவருக்கு மிகவும் கவலையளிக்கும் அளவுக்கு எனக்குத் தீவிரக் காய்ச்சல். அப்போது இந்தக் கவிதையை எழுதியதாக, அதுவும் ஒரு ஜபம் ஆக எழுதியதாக, என்னிடம் பல ஆண்டுகளுக்குப் பின்பு அந்தக் கவிதையை நான் ஆங்கிலத்தில் மொழிபெயர்த்து அவரிடம் காட்டியபோது சொன்னார். கவிதைக்கும் காய்ச்சலுக்கும் என்ன தொடர்பு என்று எனக்குப் புரியவில்லை. அது எப்படி ஜபமாகும் என்ற தர்க்கமும் பிடிபடவில்லை. இந்த விநோத ஒப்புமையில் அவரது வைதீக ஈடுபாட்டின் அடையாளம் தெரிகிறது. ஆனால் ஜபம் என்பதை வைதீகப் பொருளில் அவர் சொன்னது போல் தெரியவில்லை. அந்தக் கவிதை எந்தக் கடவுளுக்கான முறையீடும் அல்ல. எனவே அவருடைய ஒப்புமை புதிராகவே இருக்கிறது.

கரப்பான் பூச்சியைப் பல்லி கொன்றதற்கு இடம் கொடுத்ததாக ஒரு நீல பக்கெட்டைக் குறிப்பிடுகிறது கவிதை. அந்த சமயத்தில் எங்கள் வீட்டில் நீல பக்கெட் இருந்ததா என்று நினைவில்லை. ஒலிநயத்திற்காகவும் அது நீலமாக இருந்திருக்கலாம். ஆனால் நிஜத்தில் இருக்கும் பல

பொருட்களும் மனிதர்களும் அவரது கவிதைகளில் உள்ளபடி இடம்பெற்றுள்ளன(ர்).

நாளை மறுநாள் ரயிலேறி...

என் தந்தைக்கு 1972இல் திருமணம் ஆனது. அந்த ஆண்டு அவர் 'பட்டிப் பூ' என்ற கவிதையை எழுதினார். திருமணமான பின்பு சிறிது காலம் என் அம்மா மயிலாடுதுறையில் இருந்தபோது விடுமுறை நாட்களில் என் தந்தை மயிலாடுதுறை செல்வார். அந்த சமயத்தில் எழுதிய கவிதை இது.

நாளை மறுநாள் ரயிலேறி என்
வீட்டை அடைந்து பைவீசி
படுகைப் பக்கம் நான்போவேன் என்
பட்டிப் பூவைப் பார்த்துவர

என்று முடியும் 'பட்டிப் பூ'. இது என் அம்மாவைப் பற்றியது. 'பிணத்திற்குப் போடும் பூவை ஏன் என்னுடன் ஒப்பிட்டீர்கள்?' என்று தாம் கேட்டதையும் அதற்குக் கணவர் 'எனக்குப் பிடித்த பூ என்று எழுதியிருப்பதை நீ கவனிக்கவில்லையே' என்று சொன்னதையும் என் அம்மா சொல்லியிருக்கிறார்.

மேசை மின்விசிறி

1990களில் ஒருமுறை நாங்கள் வீடு தேடிக் கொண்டிருந்த போது என் தந்தைக்கு ஒரு வீட்டுத் தரகர் கிடைத்தார். முதியவர். மிக வறுமையில் இருந்தார். ஒவ்வொரு முறையும் ஒரு வீட்டைப் பார்த்த பின்பு ஏதாவது பணம் கேட்பார். என் தந்தையும் கொடுப்பார், சில சமயம் மறுப்பார். அவர் பணம் வாங்காமல் லேசில் நகர மாட்டார். தெருவில் சும்மா எதிரே வந்தால்கூடப் பணம் கேட்பார் அந்தத் தரகர். சில மோசமான வீடுகளை எங்களிடம் தள்ளி விடுவார். இளைஞராக இருந்ததால் கேடி என்ற சொல்லலாம். 'அய்யர் கொடுத்த மின்விசிறி' (1996) என்ற கவிதையில் இவரைப் பற்றி என் தந்தை சொல்கிறார்.

ஒருமுறை இந்தத் தரகர் என் தந்தையிடம் ஒரு புராதன மின்விசிறியை விற்க முயன்றார். என் தந்தையும் தரகரின் பொருளாதார நிலையைக் கருத்தில் கொண்டு அதை வாங்கினார். வீடுகள் போல் இதுவும் தள்ளி விடல்தான். அது துருப்பிடித்த டேபிள் ஃபேன். ஓசையின்றி சுற்றத் தொடங்கி மெல்லக் குரல் எழுப்பிப் பிறகு பெரிய குரலில் பாட ஆரம்பித்துவிடும். இரவில் தூங்கும்போது இரைச்சலோடு ஆடிக்கொண்டே நகர்ந்து எங்கள் தலைமாட்டுக்கு அருகில் வந்துவிடும். நாங்கள் சத்தம் கேட்டு எழுந்து அதை இருந்த இடத்திற்கு நகர்த்திவைப்போம். எங்களுக்கு இந்த விசிறி நடத்திய டிராமா பெரிய நகைச்சுவை. "குடும்பம் முழுவதும் கூடி நின்று / விசிறியின் இரைச்சலைப் பெரிதும் ரசித்தது." அதை நிறுத்தியதும் "எங்கும் நிசப்தம். வாழ்வில் அன்றுதான் / நிசப்தம் என்பதை உணர்வது போல" என்று முடிகிறது கவிதை. இப்போதும் டேபிள் ஃபேன் என்றால் எனக்கு இந்த மின்விசிறிதான் நினைவுக்கு வரும். அதைப் பல மாதங்கள் பயன்படுத்தினோம், பல ஆண்டுகளுக்குப் பின்பு யாருக்கோ சும்மா கொடுத்தோம்.

சுவருக்குள் கடல்

பாடும் மின்விசிறியை என் தந்தைக்கு விற்ற தரகர், எண்பதுகளின் இறுதியில் எங்களுக்குத் திருவல்லிக்கேணியில் ஒரு வீட்டைப் பார்த்துக்கொடுத்தார். ஓட்டு வீடு, நீளமான கூடம், சுவருக்கு பதிலாக லாக்கப் மாதிரிக் கம்பிகள், சற்றுப் பெரிய சமையலறை, சின்னதாக ஒரு படுக்கையறை, கூரை இல்லாத தனிக் குளியலறை, மூன்று குடித்தனங்கள் பகிர்ந்துகொண்ட ஒரு கழிப்பறை. கூடத்தில் பிளைவுட் சுவர் பகிர்ந்துகொண்ட ஒரு கழிப்பறை. கூடத்தில் பிளைவுட் சுவர் போட்டுக்கொண்டோம்.

சமையலறைச் சுவரில் பெரும்பாலான நேரம் தண்ணீர் துளிர்த்துக்கொண்டிருந்தது. சுவைத்தால் உப்புக் கரித்தது. கான்கிரீட் கலவையில் உப்பு இருந்தால் இப்படி ஆகும் என்று சொன்னார்கள். ஞானக்கூத்தன் எழுதிய 'சுவரில் சமுத்திரம்' (2002) என்ற கவிதை இதிலிருந்துதான் வந்தது. கவிதையின் கடைசிப் பகுதி,

சிமெண்டுக் கலவையில்
கடற்கரைப் பொடிமணல் சேர்ந்துவிட்டால்
சுவர்கள் கசியும். ஆனால்
தப்பில்லை என்றார் தரகர்.

சுவரை உற்றுப் பார்த்தேன்
சுவரில் சிக்கிய சமுத்திரம்
தப்பித்துக்கொள்ள உதவி கேட்கிறது

மூக்குக் கண்ணாடி

என் தந்தை எப்போதும் கண்ணாடி அணிந்திருப்பார். தூங்கும்போதுதான் கழற்றிவைப்பார். 1986இல் 'திணை உலகம்' என்ற பொதுத் தலைப்பிட்ட ஏழு கவிதைகளில் 'மூக்குக் கண்ணாடி கீழே விழுந்தது' என்று தொடங்கும் ஒரு கவிதை இருக்கிறது. இதை எழுதிய காலத்தில் அவர் பட்டையான கருப்பு ஃப்ரேம் போட்ட கண்ணாடி அணிவார். அவர், ஜெயகாந்தன், சா. கந்தசாமி, ஆதிமூலம் ஆகியோர் கண்ணாடி, பெரிய நெற்றி, சிகை, கிருதா எல்லாம் சேர்ந்து ஒரே மாதிரித் தோற்றமளித்தார்கள்.

கண்ணாடி உடைந்த அழகை ரசிப்பதோடு கவிதை முடிகிறது.

உடைந்த கண்ணாடியை உற்றுப் பார்த்தேன்.

நன்றாய் இருந்தது உடைப்பு

சிலந்திப் பூச்சியின் படத்தைப் போல.

இருக்கும் பேனா

ஞானக்கூத்தன் பேனா பிரியர். பல வடிவமைப்புகளில் ஆறேழு மை பேனாக்கள் வைத்திருந்தார். அவர் மேஜையில் பல வடிவ நிப்புகளும் 'எழுதாத பேனா'க்களும்கூட இருந்தன. எப்போதும் மை பேனாக்களைப் பயன்படுத்தினார். அவர்

அன்பளித்த உலக்கை போன்ற ஒரு மை பேனாவைப் பள்ளியில் பயன்படுத்தி கவனத்தை ஈர்த்தது நினைவிருக்கிறது. அவர் கொடுத்த பிரெஞ்சு வாட்டர்மேன் பேனாவை என் பள்ளிவயது மகன் பொக்கிஷமாக வைத்திருக்கிறான்.

ஞானக்கூத்தன் பேனா பற்றிச் சில கவிதைகள் எழுதியிருக்கிறார். இவற்றில் நன்றாக அறியப்பட்டது 'இழந்த பேனாவும் இருக்கும் பேனாவும்' (1982). இழப்பின் வேதனை அதிலிருந்து விடுபடுதல், "எல்லாம் இறுதியில் பழகிப் போய்விடும்" என்ற செய்தி ஆகியவற்றைக் கொண்ட கவிதை இது. பிறகு கவிதை எழுதும் நிகழ்முறையைப் பற்றிய 'சும்மா' (1982) என்ற கவிதை. அதன் கடைசி வரிகள்

ஊற்றினேன் மையை மை மேல்
வந்தது குமிழிக் கூட்டம்
வெளியிலே விழுந்தடித்து
திருகினேன் இறுக்கி. அங்கே
கழுத்தில் பனித்தது மனத்தில் கண்டது.?

2002ஆம் ஆண்டு வாக்கில் எங்கள் வீட்டில் கணினி வாங்கினோம். அதன் இடைமுகத்தைப் பார்த்ததும் என் தந்தைக்கு ஆர்வம் வடிந்துவிட்டது. இதில் என்னால் வேலைசெய்ய முடியாது என்று சொல்லிவிட்டார். காரணம், பொடி எழுத்துகள். என் அம்மா விரைவில் கற்றுக்கொண்டு கணவரின் கவிதைகள், கட்டுரைகளையும் தம்முடைய புனைவுகளையும் தட்டச்சு செய்தார். என் தந்தையின் வலைத்தளத்திற்கான கவிதைகளை நானும் என் மனைவியும் தட்டச்சு செய்தோம். பின்னர் என் தந்தை தமது இறுதிக் காலத்தில் ஐபேடில் தாமே தட்டச்சு செய்து ஃபேஸ்புக்கில் புகைப்படங்களோடு இடுகைகள் வெளியிட்டார். அவர் கணினி பழகியிருந்தாலும் மீண்டும் பேனாவுக்குத் திரும்பிச் சென்றிருப்பார் என்று நினைக்கிறேன். அவரால் பேனாவைக் கைவிட முடிந்திருக்காது.

(விகடன் தடம் மாத இதழின் நவம்பர் 2017 இதழில் வெளிவந்த கட்டுரை)

8. ஞானக்கூத்தனின் பேட்டி

"நகர்ப்புறம் சார்ந்த அரூபமான கவிதை வேண்டும்"

(நவீன விருட்சம் ஜூலை டிசம்பர் 1998 இதழில் வெளியானது. சந்திப்பு: அழகியசிங்கர், ஷங்கர் ராம சுப்ரமணியன், தளவாய் சுந்தரம்)

மரபுக் கவிதையிலிருந்து நவீன கவிதை எழுத ஆரம்பித்ததாய்க் கட்டுரையில் எழுதியிருக்கிறீர்கள். உங்கள் வெளிப்பாட்டுக்குப் புதுக்கவிதை வடிவம் எவ்வளவு அனுகூலங்களை வழங்கியது?

மரபுக் கவிதைன்னா செய்யுளில் எழுதுகிற கவிதைதான்னு பொதுவா நாம நினைச்சிட்டிருக்கோம். மரபுங்கிறது பல நூற்றாண்டுகள் தொடர்ந்து வருகிற ஒரு விஷயம். செய்யுள் எழுதினா மட்டும் மரபாயிடாது. செய்யுள் இல்லாம எழுதினா புதுமையாயிடாது. நான் பிறந்த ஊரில் எனக்குக் கிடைத்த இலக்கியம் பக்தி இலக்கியம். ஆழ்வார்கள் பிரபந்தம் மற்றும் தேவார, திருவாசகங்கள். ஊரே ஒரு வைஷ்ணவ ஸ்தலம்ங்கிறதுனால பக்தி இலக்கியம்தான் எனக்கு அறிமுகம் ஆச்சு. கடவுள்மேல் நம்பிக்கையோடு பாட்டுப் பாடி ஸ்தோத்தரம் பண்ணினா அவர் வருவார்னு நான் நினைச்சேன். 16, 17 வயசுல அந்த நம்பிக்கைகள் பல காரணங்களால் தகர்ந்தன. அதற்கு முக்கியக் காரணம் நான் எழுதிவந்த கவிதைக்கும் பள்ளிக்கூடத்தில் படிச்ச வேர்ட்ஸ்வொர்த்தின் 'டாஃபடில்ஸ்' (Daffodils), ஆலிவர் கோல்ட்ஸ்மித்தின் 'த வில்லேஜ் ஸ்கூல்மாஸ்டர்' (The Village Schoolmaster) போன்ற கவிதைகளுக்கும் உள்ள வித்தியாசம் தெரியவந்தது. அப்ப தமிழ்நாட்டில் புதுக்கவிதை பிறக்கலை.பாரதியார் கவிதை சரியாக அறிமுகமாகலை. 1954இல்தான் பாரதியாரின் முழுக் கவிதைத் தொகுதியே

கிடைக்கிறது. மாணவர்களுக்கெல்லாம் படிக்க பாரதியார் கவிதை கிடையாது, பாரதிதாசன் கவிதையும் கிடையாது. எனக்குக் கிடைத்தது பள்ளிக்கூடத்தில சொல்லிக் கொடுத்ததுதான். கடவுளைப் பாடினா வருவார்ங்கிற நம்பிக்கை விலக விலக நான் பள்ளிக்கூடத்தில் படித்த மாதிரி கவிதை எழுத ஆசைப்பட்டேன். என் ஊர் தஞ்சை என்பதால், காவேரிப் படுகைகள், பெரிய சோலைகளையெல்லாம் எழுத ஆரம்பித்தபோது நவீன கவிதைக்கு வந்துட்டேன்.

முதலில் நீங்க மரபுக் கவிதைகள்தான் எழுதியிருக்கீங்க. அந்தச் சமயத்தில் ம.பொ.சி. மற்றும் தனித்தமிழ் இயக்கத்தோடு உங்களுக்குத் தொடர்பு இருந்தது... அதற்குப் பிறகு புதுக்கவிஞர்களின், எழுத்து காலத்துப் புதுக்கவிஞர்களின் அறிமுகம் ஏற்பட்ட பிறகுதான் புதுக்கவிதை எழுதியதாகச் சொல்லப்படுகிறது.

அப்படின்னு அவங்க சொல்லியிருக்காங்க. இரண்டு விதமான போக்கு இருக்கு. ஒண்ணு, ஆத்திகர் வளர்த்த தமிழ். இன்னொண்ணு, நாத்திகர் வளர்த்த தமிழ். மறைமலை அடிகள் மாதிரி ஆத்திகர்கள் சொன்னதை நாத்திகர்களும் அரசியல்வாதிகளும் எடுத்துக்கொண்டார்கள். நான் பிரிவினைக்கு எதிரானவன். திராவிட இயக்கத்தோட சமுதாயக் கோட்பாடு பற்றி எவ்வித ஆட்சேபணையும் எனக்குக் கிடையாது. ஆனால் நாடு பிரிவினை பற்றி நான் ஏத்துக்கலை. மாநிலங்கள் சுயாட்சியோட இருக்கணும், தமிழ் ஆட்சி மொழியாய் இருக்கணும், மாநிலத்துக்குத் தமிழ்நாடுன்னு பெயர் வைக்கணும்ங்கிறது ம.பொ.சி.யோட இயக்கமா இருந்தது. ஆழ்வார்கள், நாயன்மார்களிடமிருந்து விடுபடுவதற்கு அப்போதைய இயக்கம் காரணமா இருந்தது.. அதனால் அதனுடன் ஈடுபாடு இருந்தது. என்னோட 'லாறி' கவிதையைப் பார்த்தீங்கன்னா நைனாச்சாரியாரைப் பத்தி எழுதியிருப்பேன். உள்ளூர் ஜனங்களை வைத்து எழுதுகையில் என் கவிதையின் நிலைமை மாறிவிட்டது. நான் எழுத ஆரம்பிக்கையில் பாரதிதாசனின் கவிதை முன்னணியில் இருந்தது. நாமக்கல் கவிஞர், தேசிய விநாயகம் பிள்ளை முதலியவர்கள் பெரிய கவிஞர்கள். நான் எழுத நினைத்த

கவிதைகளுக்கு இவர்கள் கவிதைகள் ஒத்துவரலை. அதனால வேற விதமான கவிதைகள் வேணும்னு தோணித்து. ஏற்கனவே இருக்கிற செய்யுள் வடிவம் நான் சொல்றதுக்கு இடம் தரமாட்டேங்கிறது. ஒரு பாட்டுன்னா சரியா நாலு வரிதான் எழுதணும். எனக்கு மூணு போதும்.

ஏன் இதிலேயே நிக்கக்கூடாதுன்னும் கேக்க ஆரம்பிச்சேன். இரண்டு அடியில், இரண்டரை அடியில் விருத்தம்னா யாரும் ஒத்துக்கமாட்டாங்க. அதனால் மாற்றமா எழுதிட்டுவந்ததை யாரும் வெளியிடலை. துர்க்கையைப் பற்றிய ஸ்தோத்திரம்தான் முதலில் வெளியானது. அப்புறம் 1957இல் தினமணி கதிரில் ஒரு சிறுகதை, 1980இல்தான் அடுத்த கதை எழுதுகிறேன். எல்லோரும் சங்க இலக்கியம் எழுதியாச்சு, பக்தி இலக்கியம் எழுதியாச்சு, பாரதியார் எழுதிட்டார், பாரதிதாசன் எழுதிட்டார். இனிமே எழுதுவதுக்கு ஒண்ணுமில்லைன்னு பாரதிதாசனைச் சார்ந்த புலவர்களெல்லாம் சொன்னாங்க. எனக்கு அந்தக் கருத்தில் உடன்பாடில்லை. பாரதியார், பாரதிதாசன் சாயல் இல்லாம எழுதணும்னு நினைச்சேன்.

அப்ப ஒரு தேக்கம் ஏற்பட்டதா உணர்ந்தீங்களா?

ஆமாம். தேங்கிப்போச்சு, சுவையற்றதாப் போச்சுன்னு தோணித்து. அறிவின் சுவை இல்லாமப் போயிடுத்துன்னு தோணித்து.

புதுக்கவிதையின் பிரச்சினையாக ஆரம்பத்திலும் இப்போதும் எதை நினைக்கிறீங்க?

அது தனிமனிதனோட பிரச்சினையாக இருந்தது. யாரோடயும் ஒட்ட முடியலே. தெருவில இருக்கிறவங்களோடயும் ஒட்ட முடியலே. என்னோட வயசுப் பிள்ளைகளுடனும் ஒட்ட முடியலை. அறிவு நிலை கூடுதலாக இருந்ததால சக இளைஞர்களோட விளையாட முடியலை. குடும்பத்திலேயும் ஒட்ட முடியலை.

இந்தக் காலகட்டத்தில் கடவுள் துணையை உணர்ந்தீங்களா?

துணையே இல்லை. கடவுளை விட்டுட்டேன். பதிலா நிறைய சாமியார்களோட தொடர்பு கிடைத்தது. அவங்க கிட்ட இந்த உடம்பு எப்படி இயங்குது, அதுக்குள்ளே என்ன இருக்குன்னு பேசிக்கிட்டிருப்பேன். அதன்மூலம் எனக்குச் சில அனுபவங்கள் கிடைச்சுது. கடவுள்களை விட்டுட்டாலும் அவற்றோட எனக்கு எதிர்ப்பும் கிடையாது, நட்பும் கிடையாது. நாத்திகனாகவும் ஆகலை.

முடியவும் முடியாது. இன்னைக்கும் கோயிலுக்குப் போனா உடம்பு சிலிர்க்கறது, கண்ணீர் வர்றது, பேச முடியலே. கடவுளிடமிருந்து விலகிப்போயிருக்கேனே தவிர, தொடர்பு முற்றும் அறுந்துபோனதா உணர முடியலை.

உங்க கவிதை இயக்கத்தின் மையமா எதை நினைக்கிறீங்க?

முதலில் சொன்னதுபோல பக்தி மரபு, ஆழ்வார், நாயன்மார் இவங்களை எதிர்க்கறவங்க, தனித்தனி மனிதர்கள், அவர்களோட பண்பாடு இவைகளோட தொடர்பு கொண்டிருந்ததனால பல குரல்களாகத்தான் கவிதைகளை எழுதினேன். முதலில் என்னோட குரலை சுத்தமா ஒழிச்சுட்டேன். 'நான்'ங்கற சொல்லைப் பயன்படுத்த எனக்கு ரொம்பத் தயக்கம். 'நான்'ங்கிறது ஒரு கட்டுமானமே தவிர அது உண்மையல்ல. காலத்தின் அடிப்படையில், மனத்தின் அடிப்படையில், பல்வேறு நிகழ்வுகளைத் தொடர்புபடுத்துகிற, ஒரு வசதியான சொல்தான் 'நான்' என்பது. அதனால அது வேண்டியதில்லைன்னு நினைச்சேன். என்னோட கவிதைகளில் நாடகப் பாத்திரங்கள் மாதிரி வெவ்வேறு ஆட்கள் எழுதுகிறார்கள். 'தணல்'ங்கிற கவிதையில் ஒரு பிராமணப் பெண் பேசுவாள், 'காலவழுவமைதி'ங்கிற கவிதையில் ஒரு மேடைப் பேச்சாளன் பேசுவான். இதனால் இந்த உலகத்தை முழுமையாப் பாக்கிறதுக்கு வாய்ப்பு இருந்தது. இந்தப் பயிற்சியோட நான் சென்னைக்கு வந்தேன். சென்னையில்

என் படைப்புகளை வெளியிட முடியலை. 1959 ஜனவரியில் சி.சு. செல்லப்பா 'எழுத்து' ஆரம்பிக்கிறார். நான் ஜூனில் சென்னை வந்தேன்.

வெவ்வேறு குரல்களைப் பதிவு பண்றேன்னு சொல்றீங்க. அதில் உங்களோட வியாக்கியானமும் இருக்கத்தானே செய்யும்?

நிச்சயமா இருக்கும். அண்மையில் லலித் கலா அகாதெமி கூட்டத்தில் 'நாய்' என்கிற என் கவிதை தொடர்பா ஒரு பிரச்சினை எழுந்தது. அந்தக் கவிதையில் 'நான்' கிடையாது, எனக்கு உத்தேசம் இல்லைன்னு சொல்றேன். ஒரு கவிதைக்குப் பொருள் வாசகன் கொண்டுவருவது. வாசகனுக்குப் பலவித அனுபவங்கள் இருக்கு. கவிஞன் ஒரு சட்டத்தைக் கொடுக்கிறான். சொற்கள் மூலமா, வாக்கியங்கள் மூலமா. அதைப் படிக்கும்போது வாசக மனத்தில் உள்ள அனுபவங்கள் அதில் தெறிக்கின்றன. அதிலிருந்து அவன் சிலதைப் படிக்கிறான். அதன்மூலம் அவன் அர்த்தத்தைக் கண்டுபிடிக்கிறான். வாசகனுக்குக் கிடைக்கிற அர்த்தத்தைப் படைப்பாளிமீது ஏற்றக்கூடாது. நான் கவிதை எழுதும்போது என்னென்ன அர்த்தங்கள் கொடுக்க நினைக்கிறேனோ அதில் நூறில் ஒரு பங்கைக்கூட என் கவிதை கொடுக்கிறதில்லை. அதனால் என் கவிதை கொடுக்கிற அர்த்தத்துக்குப் பின்னாடி 99 அர்த்தங்களை மறைக்க வேண்டியுள்ளது. இது தர்மசங்கடமான காரியம். உதாரணத்துக்கு என் சின்ன வயசில் நான் கத்துண்ட பாடம். படிச்சுத் தெரிஞ்சுக்கிட்டது இல்ல. "வீதிதோறும் மாடஞ் சிறக்க"ன்னு புலவர் ஒருத்தர் எழுதிட்டுப் போனாராம். ஒவ்வொரு தெருவிலேயும் அஞ்சு மாடு செத்துப்போக அப்படின்னு பொருள் படுதுன்னு படித்தவர்கள் சொல்ல, 'வீடுதோறும் மாடக்கூடம் சிறக்க' என்று மாற்றி எழுதினாராம். அதனால, சொல்கிறதை விபரீதமா அர்த்தங்கொள்றதுக்கு வாய்ப்பு இருக்கிறதனால சொல்லை வரையறுத்து, பொருளை வரையறுத்து அதுக்குக் கீழே 99 அர்த்தங்களை வைக்கணும். கவிதைங்கிறது வெறும் சொற்கூட்டம்தான். அர்த்தம் வாசகன் புரிந்துகொள்வது. நானும் ஒரு நிலையில் வாசகன்தான்.

பரிச்சய உலகத்தைக் காட்டிப் பரிச்சயமில்லாத ஒரு பகுதிக்கு வாசகனை அழைக்குது மொழி. உங்க கவிதைல பரிச்சயமான உலகின் மதிப்பீடுகளும் இயங்குது. ஏன்?

சொந்த வாழ்க்கையில் சில அனுபவங்களைக் கவிதையில் கொண்டுவருவேன். என் சொந்த அனுபவம் தெரியக் கூடாதுன்னு ரொம்ப ஜாக்கிரதையா இருப்பேன். உங்களால எந்தக் காலத்திலயும் கண்டுபிடிக்க முடியாது. பரிச்சயமில்லாத ஒரு உலகத்தைச் சொல்றதுன்னா, உதாரணத்துக்கு இந்த டம்ளர் இருக்கு. கிருஷாங்கினிகூட வாணலி பத்தி ஒரு கவிதை எழுதியிருக்காங்க.

உடமைப் பொருள்னு என்னோட இந்த டம்ளர் சேர்ந்து இருக்கு. உங்க மூணு பேருக்கும் அது கிடையாது. அதுக்கும் எனக்கும் உள்ள உறவும் சேர்த்துதான் உருவம் அமையுது. எதையோ சொல்லும்போது எனக்கும் அதுக்குமான உறவைத்தான் நான் சொல்றேன். பாத்திரம் என்பது மறைந்துபோகுது. மனசு ஒரு பொருளைப் பார்த்தவுடனே இரண்டு காரியம் செய்யுது. முதலில் அமைதி. அமைதியில் ஒலி கிடையாது. பிறகு சொல் ஏற்படுது. பல விஷயங்களை, விளக்கங்களை எல்லாம் சேர்த்த பிறகுதான் சொல்வதைப் பூர்த்திசெய்ய முடியும். டம்ளரைப் பத்திக் கவிதை எழுதுறதுன்னா ரொம்பக் கஷ்டம். அவ்வளவு விஷயம் சேகரிக்கணும். ‘காக்கை’ என்கிற கவிதையில் கரண்டியைப் பத்தி எழுதுறதுக்கு நான் அந்தக் காக்காவையெல்லாம் கொண்டுவர வேண்டியிருக்கு.

காலம், தத்துவம் இவற்றோடு கவிதைக்கான உறவு என்ன?

காலம், வெளி, இவற்றைப் பற்றிய பிரக்ஞை நமக்கு ரொம்ப அவசியமானது. உதாரணத்துக்குத் தமிழ்ங்கிற சொல்லை எடுத்துக்கலாம். தன்னு சொல்றதுக்கு முன்னே காலமற்ற, தேசமற்ற ஒரு நிலைமை இருக்கு. தமிழ்னு சொல்லணும்னு எண்ணம் ஏற்பட்டவுடனேயே காலமும் வெளியும் உருவாகிறதுக்கு முன்னேற்பாடு பண்ணிக் குடுத்திடறது. த

என்ற எழுத்து சொன்னவுடன் ஒரு இடைவெளி, மி முடிந்தவுடன் ஒரு இடைவெளி, ழ் முடிந்தவுடன் ஒரு இடைவெளி, இதுக்கு நடுவில்தான் த, மி, ழ் மூன்றும் சேர்ந்து பொருள் தருது. Spacial, temporal இருந்தாத்தான் நாம ஒரு பொருளையே பார்க்கமுடியும். இந்த ஸ்டூலும் டம்ளரும் வித்தியாசப்படறதுனாலதான், உங்களுக்கும் எனக்கும் வித்தியாசம் இருக்கிறதாலதான், நாம எல்லோரும் சேர்ந்து உலகத்தோட வித்தியாசப்படறதாலதான், உலகமே பிரபஞ்சத்தோட வித்தியாசப்படறதாலதான் பார்க்க முடியுது. முழுப் பிரபஞ்சத்தோடயும் நான் வேறுபட்டிருக்கிறதாலதான் நானே இருக்க முடியுது. பிரபஞ்சம் தான் வேறா இருக்கிறதுக்கு என்னை வேறா வைத்திருக்கு. இதை நல்ல கவிஞனால் உணர முடியும். தன் கவிதைக்குள்ள ஒரு புது வெளியையும் புதுக் காலத்தையும் கவிஞன் சிருஷ்டிக்கிறான்.

கவிதையை அகவயமானது, புறவயமானதுன்னு பிரிப்பது பற்றி?

பஸ் ஏறப்போறீங்க. பஸ் கிடைக்கலை. நம்மளப் பார்த்துட்டும் நிறுத்தாம போயிடறான். இது உங்க தனிப்பட்ட அனுபவம். அதனால ட்ரான்ஸ்போர்ட் பத்தி ஒரு அபிப்பிராயத்துக்கு வர்றீங்க. உங்களுக்குக் கிடைக்கற அனுபவத்தை எழுதும்போது அது இத மாதிரி வேற யாராவது இருக்காங்களான்னு தேடிட்டுப் போகும். இன்னொரு மனத்தை சந்திக்கும்போது அந்தக் கவிதை பரிமாறப்பட்டுடுது.

கவிதை எழுதும்போது முன்தீர்மானம் இருக்குதா?

எழுதப்போறோம்ங்கிறதைத் தவிர கவிதை எப்படி இருக்கணும்ங்கறதைப் பத்தி ஒரு தீர்மானமும் இல்லை. உங்க மனத்தில் அனுபவங்கள் இருந்துட்டே இருக்கு. பிறந்த நாளிலேருந்து, பிறக்கறதுக்கு முந்தின, காலங்காலமா உள்ள மனித ஜாதியின் அனுபவமும் இருக்கு. அதனாலதான் குழந்தை பிறந்த உடனேயே பார்க்க முடியுது. கொஞ்ச நாள் ஆனா பேச முடியுது. புலன்களால அறிய முடியுது. யாரும்

சொல்லிக்கொடுக்காமலே ஒரு கட்டத்தில் எழுந்து நின்னுடுது. இது எங்கிருந்து வருது? இது உங்களுக்குள்ளேயே பதிவாயிடறது. கவிதையை ஆரம்பிச்சதுக்கு அப்புறம் புற உலகம் close ஆயிடறது. ஜன்னலை மூடிட்டு உள்ள திரும்பும்போது உள்ள என்னென்னமோ நடக்குது. அதுல்லாம் கவிதைல வெளிப்பட முயலுது. முதலில் சொன்ன மாதிரி நூத்துல ஒண்ணு வர முடியுது. பல்லாயிரக்கணக்கான அனுபவங்களின் தொகுதி அது. உதாரணத்துக்கு அனுமான் இலங்கை மேல் பறக்கறான். அதைக் கம்பன் ஒரு இடத்தில் வானத்தில் விட்ட பட்டம் போல் இருந்ததா சொல்றான். பட்டம் விடுவது கம்பனின் சிறுவயது ஞாபகமா இருக்கலாம். அது அனுமாரைப் பாடறபோது வெளிப்படுது. அனுபவம்ங்கறது தீர்மானமில்லாமலே எழுதுற நேரத்தில் தாவி வந்துடுது.

நான்ங்கிறது கிடையாதுன்னீங்க. எழுதும்போது எப்படி அது இயங்குது?

கவிதை ஒரு பிரக்ஞையை இன்னொரு பிரக்ஞையோடு தொடர்புபடுத்துது. அனுபவ தீட்சைகளை வைத்துப் பயணம் செய்கையில் அங்கங்கே பிடித்துக்கொள்ள மற்றொரு மனம் கிடைக்குது. நான்ங்கறது ஒரு பிரக்ஞைதான். சந்திரமௌலி என்கிற பெயர் உங்க ஆகிருதியோடது. கவிஞனுக்கு அது கிடையாது. கவிஞன் தனிமனிதன் கிடையாது. அவனுக்கு உடம்பு கிடையாது. மூக்குக் கண்ணாடி அவசியமில்லை. உருவம் வெறும் பிரக்ஞையே தவிர உடம்பில்லை. நாம பேசிட்டிருக்கோம். இந்த டேப் பதிவு பண்ணிக்கிட்டே இருக்கு. இதுபோல எப்பப் பாத்தாலும் கவிஞனின் பிரக்ஞை எதையோ பதிவு பண்ணிட்டே இருக்கு. யாருக்கு செய்திகள் அனுப்பப்படுதுன்னு தெரியாது. பதிவு பண்ணுகிற தளம் மட்டும்தான் கவிதை. யார் அதைக் கேக்கறாங்கன்னு தெரியாது. ஏன்னா எந்தக் குறிப்பிட்ட கால வாசகனுக்கும் கவிதை இல்லை.

தமிழ்க் கவிதை இயக்கத்தை முழுமையாத்தான் நீங்க அணுகுறீங்க. சங்கக் கவிதை, நவீனக் கவிதை இரண்டையும் தொடர்புபடுத்தித் தொடர்ச்சியா பேசிட்டுவர்றீங்க. ஒவ்வொரு காலத்துலயும் கவிதைகளுக்குப் பிரத்தியேகமான பிரச்சினைகள் இருந்ததா, நவீன கவிதைகளிலும் இருக்குதா?

கவிதைங்கிறது அப்படியேதான் இருந்துட்டிருக்கு. காலவெளிங்கறதும் அப்படியேதான் இருந்துட்டிருக்கு. புதுசு புதுசா செய்திகள் ஒவ்வொரு காலத்திலயும் நமக்கு சேர்ந்துட்டே இருக்கு. 20ஆம் நூற்றாண்டுலயும் சில புதிய செய்திகள் சேர்ந்திருக்கு. அது நம் கவிதைகள்ல வெளிப்படும். திருமங்கையாழ்வார் பாடின திருவல்லிக்கேணியும் இன்றைக்கு உள்ள திருவல்லிக்கேணியும் ஒண்ணா இல்ல.

நவீன மயமாதல், தகவல் தொழில்நுட்பம் ஆகியவை மனித உறவுக்குள் வெறுமையைத் தோற்றுவித் திருக்கின்றன. இந்த வெறுமை இலக்கியத்திலும் பதிவு செய்யப்பட்டுக் கொண்டிருக்கிறது. இது இப்போதுள்ள சூழல்தானா?

எப்போதுமே இருக்கு. ஏன்னா மனிதன் அடிப்படையா அறிந்திருப்பது தனிமையை. அதனால ஏற்படுற காலியிடத்தை எதனாலும் போட்டு நிரப்ப முடியலை. பெண் நிரப்புவான்னு சொல்லி அவகிட்ட ஓடுறான். நிரம்பலை. பெண் நினைக்கிறா, ஆண்தான் நிரப்புவான்னு. அவளுக்கும் அது நிரம்பலை. குடும்பத்தைப் போட்டும் நிரப்ப முடியல. தேசம், மொழி, இலக்கியம் எதனாலயும் அவனோட வெறுமை நிரம்பலை. குறுந்தொகைல நெல் வயலிட்ட கரும்பு போலன்னு வருது. நெல் வயலைத் தானென்றும் பரத்தையைக் கரும்பாகவும் ஒப்பிடறா. அரிசி சாப்பிட்டு ஆயுள் முழுதும் இருக்கலாம். கரும்பு சாப்பிட்டு இருக்க முடியுமாங்கிறது அவளோட வாதம். ஆனா உள்ள விஷயம் என்னன்னா கரும்பு அப்பத்தான் அறிமுகமாயிருக்குது.. பரிசோதனைக்காக அங்கங்க நட்டுப் பாத்திருக்காங்க. அவ சொல்றா. நமக்குக்

கிடைச்சிருக்கற சங்கக் கவிதை நவீன கவிதைதான். இடைச்சங்கம், தலைச்சங்கம் வீழ்ந்து அந்த மரபு பயன்படாம போய் பின்னாடி வந்த முயற்சிதான் கடைச்சங்க காலக் கவிதை. பழைய மரபின் க்ஷணமும் புதிய மரபின் வருகையும் தெரியுது. ஒருவன் தன் வெறுமையால் பரத்தை வீட்டுக்குப் போறான். எதுவுமே வாழ்க்கைக்கு நிறைவு தரலை. மோட்சம்னு சொல்றோம். நீங்க அதை நம்பணுமே தவிர கிடைக்குமான்னு தெரியாது.

எப்போதுமே கலைஞர்களுக்குத் தாம் இருக்கிறோமா இல்லையான்னு சந்தேகமா இருக்கு. எக்சிஸ்டென்ஷியலிசம்னா நீங்க இருக்கிறீங்க, தன்னால வருகிற பிரச்சினை, நமக்கு என்னன்னா நான் இருக்கிறேனா என்பதே ஒரு பிரச்சினை. மில்லியன் வருட காலத்தில் நம்ம வாழ்க்கை பொருட்படுத்தும்படி ஆனதில்லை. நமக்கு மட்டும் நம்ம வாழ்வு தெரியும். இதில் நாம் இருக்கறதா நினைக்கறோம், எல்லாம் பண்றோம். இந்த முழுக் காலத்தில நாம இருக்கிறோம்ங்கறதே உண்மையில்ல. தீர்க்க முடியாத சூன்யத்துல நாமெல்லாம் வெறும் தக்கைகள் தானா. பல சமயத்தில் உடம்புங்கறது வெறும் கூடுன்னு உணர முடியுது. பல சமயம் ஜனங்க, அவங்க நடவடிக்கையெல்லாம் பார்க்கையில் அவங்க emptyன்னு தோணுது. ஆனா ஒரு க்ஷணத்தில் ஒருத்தரைத் தொடும்போது அது மாறிடறது. கூட்டத்தில் ஒரு ஆளை ஒரு நட்டு தட்டுங்க. திடீர்னு எல்லாம் மாறிடறது.

தமிழ்க் கவிதை உலகத் தரத்தில் இருக்கிறதா நீங்களும் சுகுமாரனும் நடத்திய உரையாடல்ல முடிவுக்கு வர்றீங்க. தமது காலத்தின் சிக்கலை இப்போதைய கவிதைகள் எதிர்கொண்டிருப்பதா நினைக்கிறீங்களா?

அழகியல்ங்கற வார்த்தையைப் பயன்படுத்துவதில் ஒரு சங்கடம். நம்ம பாரம்பரியத்துல அழகியல்னு ஒண்ணு கிடையாது. கலைங்கறதுதான் கவிஞனோடது. அவன் செய்ற கலையின் மூலமா வாசகனுக்குக் கிடைக்கக்கூடியது அழகியல்

அனுபவம். ஒரு கவிதையைப் படிக்கும்போது பிடிக்கலாம், பிடிக்காமல் போகலாம். என்னோட கவிதை பிடிக்கலைன்னா, என்னோட பேர் தாங்கிக் கவிதை வந்தா வேணாம்னு விட்டுரலாம். இவர் ஆபாசமா, விரசமா எழுதுவார்னு நீங்க நினைச்சீங்கன்னு வச்சுக்குங்க. உங்களுக்கு விரசம் தேவைன்னா தொடர்ந்து படிப்பீங்க. இல்லைன்னா விட்டுருவீங்க. ஏற்பியல்ங்கற ஒண்ணுதான் தொன்றுதொட்டு இருந்துட்டுருக்கு.

கவிதைங்கறது சமஸ்கிருத வார்த்தை. செய்யுள்ங்கறதுதான் தமிழ் வார்த்தை. செய்யுள், கவிதை ரெண்டும் ஒண்ணுதான். ஆனா கவிதைன்னா வேற, அது உயிருள்ளது, ஆத்மா உள்ளது, செய்யுள்ங்கறது ஜீவன் இல்லாதது, ஒழிக்கப்பட வேண்டியது அப்படிங்கிற மாதிரி ஒரு கருத்தை உருவாக்கி வெச்சுருக்கோம். அது சரியில்லை. செய்யுள்ங்கறது செய்ங்கிற வார்த்தைலருந்து உண்டாச்சு. கவிதைங்கறது ஒரு செய்கை. செய்கைன்னா நீங்க நற்செய்கைதான் செஞ்சாகணும். கெட்ட காரியங்களைக் கவிஞன்கிட்ட எதிர்பார்க்கக்கூடாது. அந்தக் காலத்துப் புலவர்கள், கவிஞர்கள் சொல்றாங்க. அறிவுடையவர்களின் செய்கை கவிதை. அறிவாளிகளின் செய்கை என்பதால் அது சமூகத்திற்கு நன்மை செய்வதாகவே இருக்க வேண்டும் அப்படின்னு ஒரு ஏற்பு நமக்கு உருவாச்சு. படைப்பு, சிருஷ்டிங்கறது அப்ப ஏற்படலை. சமஸ்கிருதத்தில் தான் படைப்பு பத்தித் தெளிவான கருத்துகள் சொல்லியிருக்காங்க. பாரதியார் வரைக்கும் நற்செய்கைதான் கவிதைங்கற கருத்து இருந்தது. ஒருத்தனோட செய்கை நற்செய்கையா தீச்செய்கையா என்பது பத்தி எனக்குக் கவலை கிடையாது. ஒரு காரியத்தை நான் செய்றதுக்கு என் சமூகமோ வேறு ஒன்றோ நிர்ப்பந்திக்குது. அந்த நிர்ப்பந்தத்துல நான் காரியம் செய்றேன். நல்லதா கெட்டதா என அக்கறைப்பட எனக்கு இயலலை. ஏன்னா என்னோட கவிதை மேல எனக்குக் கட்டுப்பாடு கிடையாது. பல கவிஞர்கள்கிட்ட அவங்க கவிதை மேல கட்டுப்பாடு இருக்கிறதா தெரியல. அதுவரைக்கும் இருந்த ஏற்பியல் எல்லாம் மாறுது.

70க்குப் பின்னால இன்னிக்கு வரைக்கும் எழுதின எல்லா பெரிய, சின்ன கவிஞர்களும் இதைப் பிரதிபலிச்சிருக்காங்க. தமிழ்க் கவிஞர்களோட பாதிப்பு உங்களிடம் உண்டா?

யாருடைய பாதிப்பும் என்கிட்ட கிடையாது. முழுக்க செய்யுளை விட்டுட்டு எழுதற கவிதைகள் எனக்குப் பிடிக்கும். அதனால் க.நா.சு.வையும் நகுலனையும் முக்கியமான கவிஞர்களா நான் நினைக்கறேன். புதுமைப்பித்தன், சிவராமு போல இலக்கணம் தெரியாம இலக்கணம் தெரிஞ்ச மாதிரி பாவனை பண்றது இவங்கள்ட்ட கிடையாது. சிவராமு 'கைப்பிடியளவு கடலில்' இலக்கணக் குறிப்புன்னு ஒண்ணு எழுதிருப்பார். அது தப்பு. யாப்பு வேணாம்னு சொல்லிட்டு யாப்பு பத்தி ஏன் பேசறீங்கன்றது என்னோட வாதம்.

கு.ப. ராஜகோபாலன் புதுக்கவிதையில் எல்லாத் தளைகளும் உண்டுன்னு எழுதறாரு. தி.சோ. வேணுகோபாலன் விவாதிக்கத் தகுந்த கவிஞரே கிடையாது. பசுவய்யாகிட்ட உரைநடையாசிரியனோட ஆளுமைதான் அதிகமா இருக்கு. திடீர்னு ஒரு வசீகரமான காட்சியக் கொடுப்பார். எதிர்பாராத கருத்து ஒண்ணு கிடைக்கும். 'ஆளில்லாத லெவல் கிராஸிங்' கவிதை ரொம்ப ஈர்க்கக்கூடியதா இருக்கு. என்ன நடக்குதுன்னு பார்த்தோம்னா ஒண்ணும் கிடையாது. அவரோட கவிதைகள்ல சமீபத்துல படிக்கையில் கட்டுரை தொனிதான் இருக்கு. கவிஞனை அடையாளம் காண முடியல. சிறுகதையாளராக மதிக்க முடிஞ்ச அளவு கவிஞரா மதிப்பிட முடியல. பிச்சமூர்த்தி பத்தின புத்தகத்தை ஒரு கவிஞன் இன்னொரு கவிஞனைப் பத்தி எழுதினதா என்னால பார்க்க முடியல. பழைய இலக்கியம் அதிகம் பயின்று சுவையனுபவம் அமைந்த ஒருவனுக்கு சமகாலத்து நடை பிடிக்காது. பிடிக்கணும்னா மொழியே வேற மாதிரி இருக்கணும். அப்படிப்பட்ட நடையைக் கொடுக்கறவங்கள்ல கருத்து வேற்றுமைகளைப் பாராட்டாம நான் மதிப்பவர் சுந்தர ராமசாமி, அசோகமித்திரன், சா. கந்தசாமி, இன்னும் சில பேரைச் சொல்லலாம்.

தொன்மத்தை நோக்கி ந. முத்துசாமி, அப்புறம் ஜெயமோகன், கோணங்கி போன்றவர்களோட சிறுகதைகள் திரும்பியிருக்கு கவிதைகள்லயும் இது மாதிரி சாத்தியங்கள் இருக்கா?

மரபு எதிர்ப்புன்னு ஒரு காலத்தில் சொல்லிட்டு மரபுக்குப் போகவேண்டிய அவசியம் எப்படி வந்ததுன்னு தெரியலே. மரபுங்கறது எதிர்க்கக்கூடியதில்லை. அது உங்ககிட்டேயும் ஒவ்வொருவரின் மனதிலும் எல்லா செயல்லேயும் இருக்கு. இலக்கிய மரபுன்னு ஒண்ணு இருக்கு. அது பள்ளியிலிருந்து சொல்லித் தரப்படுது. மீறுதல்ங்கற பொய்யை 'எழுத்து' கவிஞர்கள் பிரச்சாரமா ஆரம்பிச்சாங்க. நான் பழசை விடமுடியாது. உங்களோட இருப்பு எப்படி பெற்றோரோட, முன்னோரோட தொடர்ச்சியோ, கவிதையும் முன்னால இருந்ததோட, வரப்போறதோட தொடர்ச்சிதான். மரபுப் பிசாசை வெளிக் கொண்டுவர்றேன்னு சிலர் என்னை எதிர்த்தாங்க.

நகர் சார்ந்த வாழ்க்கை, மதிப்பீடுகள் இந்த மரபு எதிர்ப்புக்கு அடிப்படையா இருந்ததா?

அவங்களுக்கு வகுப்பு சம்பந்தமான, மொழி சம்பந்தமான பிரக்ஞை கிடையாது. 60களில் இந்திப் போராட்டம், தமிழ்நாடு பெயர்வைப்புப் போராட்டம்னு ஆயிரம் நடந்துச்சு. அதிலல்லாம் இவங்க யாரும் பங்கு கொண்டவங்க இல்ல. அதப் பத்தி ஒருசெய்திகூட தெரிஞ்சிருக்குமான்னு சந்தேகம். தெரிஞ்சிருந்தா தமாஷா நினைச்சிருப்பாங்க. அவங்க தங்களைப் பத்தி மட்டுமே கவனிக்கறாங்க. பர்சனலா தெரியும்ங்கறதால இதச் சொல்ல முடியும். கிராமத்திலருந்து சென்னை வந்ததால நகரைப் பத்தி எனக்கு ஒரு பார்வை இருந்தது. இதுக்கும் என் ஊருக்கும் உள்ள வித்தியாசம் தெரியும். இறங்கி 2 ஃபர்லாங் போனா வயல்ல நிக்கிறவன் நான். வீட்டுக்குள்ளயே டாய்லெட் இங்கல்லாம். அமைப்பு வேற. அதை என்னால உணர முடிஞ்சிருக்கு. 'எனக்குக் கொஞ்சம் சோற்றைப் போடேன்' கவிதைல வர்றவனோட

குளியலறைக்குக் கதவு கிடையாது. இது மெட்ராஸ்லதான் நடக்கும். குளியலறைங்கறது நகரத்தில் தனி உலகமாயிடுது. மனிதனுக்குத் திறந்தவெளில குளிக்கிறது ஆரோக்கியமா இருந்தது. கதவு மூடினவுடனே பயத்துல உள்ளே உள்ள சுதந்திரத்துல பாட ஆரம்பிக்கிறான். யாருமே சீக்கிரம் திரும்பி வர்றதில்ல. இதுதான் எதிர்காலத்துல முழுமையா பரவப்போகுது. இந்தப் பிரக்ஞை 'எழுத்து'க்காரங்களுக்குக் கிடையாது. அவங்களுக்கு யாப்பு கூடாதுங்கறதுதான் ஒரே பிரச்சினை. அதையும் உறுதியா சொல்ல முடியலை. பிச்சமூர்த்தி, சிட்டி இவங்கள்லாம் யாப்புல எழுதிட்டிருந்தாங்க. 'மெரினா'ன்னு பரிபாடல் மாதிரி சி.சு. செல்லப்பா எழுதிருக்கார். சங்க இலக்கியத்தைத்தான் ஆதரிக்கிறேன்னு சொன்னேனே ஒழிய, சங்க கால மனித வாழ்க்கையை அல்ல. அந்த சகிக்கமுடியாத வாழ்க்கையை இப்ப வாழமுடியுமா என்ன? அதெல்லாம் தேவையில்லாதது. அநாவசியப் பிரச்சினை.

'அசடு' நாவலை விமர்சனம் செய்யும்போது, பிராமணர்களில் எந்த வகையினர் ஓட்டல் தொழிலுக்குப் போகிறார்கள் என்பதை எழுதியிருக்கிறீர்கள். இது நாவலை அணுகும் சரியான முறைதான்னு நினைக்கிறீங்களா?

ஆமாம். அதுவும் ஒரு முறை. நாவலில் கணேசன் அசடுங்கிற பேரில் அறிமுகப்படுத்தப்படுறான். ஆனால் அவன் அசடா? அவனுக்கு ஒரு தொழில் தெரியும். சமையல் தொழிலில் வெற்றிகரமாக அவனால் இருந்திருக்க முடியும். மத்தவங்களோட சாமர்த்தியம் இல்லாததுனால அவன் அசடு. கல்வியறிவற்ற வரையும் கை கால் விளங்காதவங்களையும் பொறுப்பெடுத்துக்க வேண்டிய கடமை ஒவ்வொரு சமூகத்துக்கும், ஒவ்வொரு குடும்பத்துக்கும் இருக்கு. கணேசன்ங்கறவன் எப்படி வாழ முடியாம போகிறான் என்பதைப் பத்தி நாவல் சொல்லுது. புரசையில் ஸ்பெயின்லேர்ந்து சில பேர் வந்திருந்தாங்க எதிர்வீட்டுப் பையன் மனநிலை சரியில்லாதவன். சின்ன வயசுலேர்ந்து

அப்படி இருக்கான். நாங்க பார்க்கும்போது 18 வயது இருக்கும். ஸ்பெயினிலிருந்து வந்தவர் கேட்டார், 'வீட்டிலயா வெச்சு வளர்க்கிறாங்க?' எனக்கு அந்தக் கேள்வி ஆச்சரியமா இருந்தது. அவன் அந்தக் குடும்பத்தின் ஒரு உறுப்பினன். அந்த நாட்டில் அவங்கள்லாம் வீட்ல வச்சுக்க மாட்டாங்க. விடுதி எங்கயாவது கொண்டுபோய் விட்டுருவாங்க. எனக்குத் தெரிஞ்ச ஒரு கிழவியின் பையன் அமெரிக்காவில் இருக்கான். மாசம் சாப்பாட்டுக்கு 2, 3 ஆயிரம் அனுப்பத் தயார். ஆனா வேண்டாம்னு சொல்லிட்டுக் கோவில் வாசல்ல பெரிய கோலம் போட்டு அதில் கிடைக்கிற சாதத்தை மதியமும் இரவும் சாப்பிட்டு ஒரு வீட்டுத் திண்ணையில் படுத்துத் தூங்கிக்கொண்டு அங்கேயே இறந்துபோனாங்க. அவங்க பெரிய லட்சாதிபதின்னு யாருக்குமே தெரியாது. அவங்களைப் பாதுகாக்கிற பொறுப்பை அந்த சமூகம் ஏத்துக்குது. ஒரு தொழிலை சமூகம் அவங்களுக்காக ஒதுக்கும். சமையல் பண்றது, பரிமாறுவது ... படிப்பு வரலே, ஓட்டல்ல பரிமாறப் போனான்னு சொல்வாங்க. டிகிரி வாங்கிட்டு அந்த வேலைக்குப் போறான். 'பி.ஏ. படிப்பு பெஞ்சு துடைக்கத்தான், காலேஜ் படிப்பு காபி ஆத்தத்தான்'னு அந்தக் காலத்துல சினிமா பாட்டுண்டு. படிப்பறிவில்லாதவனுக்கு ஒதுக்கப்பட்ட தொழில்ல பாவிகள் படிச்சவனும் போயிட்டா படிப்பறிவில்லாதவங்க, கை கால் விளங்காதவங்க, மனநிலை குன்றியவங்க இருப்பாங்க, அவங்களுக்கு நாம என்ன பொறுப்பு பண்றோம்? ஒரு வீட்லயோ ஊர்லயோ பாதுகாக்கிறோம். அந்த மாதிரியான சமுதாயம் நாவலில் வெளிப்பட்டிருக்கு. குறிப்பா ஐயர், ஐயங்கார் வகுப்புகள்ல இப்படி இருக்கறவங்களை மொள்ள மொள்ளத் தயார் பண்ணிடுவாங்க. எது வராம போனாலும் சமையல் வர்றதுக்கு ஒரு வாய்ப்பிருக்கு. இதில் இன்னொரு தொழில் சவுண்டி சாப்பிடறது, பாடை கட்டறது, முடையறது, இதத் தவிர ஒண்ணும் தெரியாது. மூங்கில் குச்சி கொண்டுவருவான். சுலபமாக செஞ்சுட்டு நிப்பான். கலயத்துக்குக் காசு குடுப்பாங்க. பாக்கிகூட வாங்கத் தெரியாது. கலயத்தில நெருப்பு மூட்டுவான். அது எரியவே எரியாது. 'டேய் முண்டம் நல்லா ஊதுறா' அப்படின்னு இவர் சொல்லணும்.

விசிறினாத்தான் தீப்பிடிக்கும்னு தெரியாம ஊதிட்டே இருப்பான். அவனுக்கும் பத்து ரூபா குடுத்து அவன் வாழ்க்கைக்கும் சமூகம் ஏதோ பண்ணுது. பிராமணர் சமூகத்தில அதுக்கு ஏற்பாடு இருக்கு. பல பேருக்கு பயம், எங்கே சமையல்காரன் ஆயிடுவோமோன்னு. இதுல சுவாரஸ்யம் என்னன்னா சினிமா நடிகனாயிடணும்னு சமையல்காரங்க ஆசைப்படுவாங்க. இன்னைக்கும் அப்படித்தான் இருக்குன்னு சொல்றாங்க.

உங்களுக்குள் ஒரு கவிதை உருவாகி, தொடர்ந்து எழுதும் செயல்பாடு எப்படி நிகழ்கிறது? அப்பொழுது இருக்கும் மனநிலையை எப்படி உணர்கிறீர்கள்?

ஒரு மாறுதலான உணர்வு முதல்ல தெரியுது. முதல் கவிதை எழுதும்போது இருந்த மனநிலைகூட ஞாபகம் இருக்கு. திடீர்னு உடம்பு பூரா ஒரு பரபரப்பு. உடனே ஒரு வார்த்தை உதயமாகுது. வார்த்தை உதயமானவுடனே ஒரு கருத்து உருவாகுது. வாக்கியத் தன்மையில அதிலருந்து என்ன சொல்லப்போறேன்னு ஒரு தெளிவு கிடைக்குது. ஒரு கவிதை எழுதணும்னு உட்கார்ந்ததும் கவிதை எழுத முடியும். அதுக்கு மனதை அந்தத் தளத்துக்குக் கொண்டுபோகணும். தொடர்ந்து எழுதும்போது சும்மா சும்மா அந்தப் பிசாசைக் கூப்பிடறதுனாலே கூப்பிடாத நேரத்திலயும் அந்தப் பிசாசு வர ஆரம்பிச்சுடும். சும்மாதானே இருக்கே, வரவான்னு அதுவா கேக்கும். அது ஒரு பௌதீகமான உடல் உணர்வுதான். அதைத் தொடர்ந்து கவிதை வருது. முதல்ல ஒரு காட்சி அல்லது சொற்கள் திட்டமா தெரிஞ்சுடும். சில பேர் இது கிடைச்சவுடனேயே எழுதிடறாங்க.

ஒரு பழத்தை எடுத்தீங்கன்னா காம்பு இருக்கு. ஒரு முட்டைய எடுத்தீங்கன்னா எல்லா பக்கமும் அதில் ஒண்ணா இருக்கு. பழத்தில் காம்பில்தான் தொடக்கம் இருக்கும். கவிதையிலும் எங்கயோ தொடக்கம் இருப்பதா எனக்குத் தோணுது. எங்கே நிறுத்தலாம்னு தெரியும்வரை நான் விடுறதில்லை. அதைக் கண்டுபிடிச்சவுடனேயே எழுதிடறேன்.

உங்களுக்குப் பிடித்த எழுத்தாளர்கள் ...

சின்ன வயதிலேயே முற்றிப்போன கவிஞனாயிட்டதால என்னை யாரும் பாதிக்கலை. என்னுடைய கவித்துவத்தை மாற்றுவதற்கு வேர்ட்ஸ்வொர்த், கோல்ட்ஸ்மித் உதவியிருக்கிறார்கள். பாப்லோ நெருடாவை எனக்கு ரொம்பப் பிடிக்கும். ஆனால் நான் அவரைத் தொடர்வதில்லை. பிடிச்ச கவிஞர்கள் நிறைய பேர் இருக்காங்க. ஆலன் கின்ஸ்பர்க் எனக்கு ரொம்பப் பிடிக்கும். அவர் மாதிரி என்னால் எழுத முடியும்னு நிறைய பேர் சொன்னாங்க. எனக்குச் சுலபமான விஷயம் அது. அதனால அதை விட்டுட்டேன். தமிழ்ல யாரையும் கவிஞர்களாகப் பிடிக்காது. பிடிக்குதுன்னு நான் சொல்லணும்னா படிச்சு உருகணும். அநேகமா ஒரு கவிஞனை இன்னொரு கவிஞன் ஒப்புக்கிறதில்லை.

உலகம் பூராவும் எந்தக் கவிஞனும் இன்னொரு கவிஞனைப் படிப்பதில்லை. ஏத்துக்கறதும் இல்லை. காரணம், எது கவிதைங்கறது யாருக்கும் தெரியாது. இவர் கவிதை எழுதறதால தனக்குதான் கவிதை தெரியும்னு நம்புறார். வாசகர்கள் பொருட்படுத்தத் தகுந்த அளவுல இருக்கையில் இது யதார்த்தமான விஷயம்தான். பாலகுமாரன் ஏன்யா என் நாவல் படிக்கலைன்னு சுஜாதாட்ட சண்டைக்குப் போறதில்ல. இங்கே கவிஞர்களே சக கவிஞர்களோட கவிதைகளைப் படிக்க வேண்டியிருக்கறதால. நீ ஏன் படிக்கலேன்னு சண்டைக்குப் போறான்.

ரசித்த கவிதைகளை எழுதின கவிஞர்கள்னு . . .

நிறைய கவிதைகளை வெளியிட்டும் இருக்கிறேன், படிக்கவும் செய்றேன். இன்னைக்கு ஒரு கவிஞரைப் பிடிக்குதுன்னு சொல்லிட்டேன்னு வெச்சுக்குங்க. நாளைக்கு அந்தக் கருத்து மாறிடலாம். அதனால பயமா இருக்கு. கம்பராமாயணத்தை நாலு தடவை படிச்சிருக்கேன். சங்கக் கவிதையை ரெண்டு தடவை படிச்சிருக்கேன். ஒவ்வொரு தடவையும் கருத்துகள் மாறிட்டேதான் வருது.

இப்ப எழுதிட்டு வர்றவங்க கவிதையையும் தொடர்ச்சியாத் தான் பார்க்கறேன். கவிதைங்கறது படித்தவர்களோட கலை. கல்வியறிவுதான் கவிஞனை உருவாக்கும். 60, 70கள்ல நகர்ப்புறத்திலிருந்துதான் கவிதை தொடங்கிச்சு. பிறகு கிராமப்புறங்களுக்குப் படிப்பு போய்ச் சேர்ந்த பின் கிராமங்களிலிருந்து கவிஞர்கள் வர ஆரம்பிச்சிருக்காங்க. இப்ப இரண்டும் சந்தித்துக் கலக்கிற முனையில் நாம இருக்கோம். இதுலருந்து ஒரு கவிதை எழுதணும்னு தனிப்பட்ட முறைல நினைக்கறேன். கிராமப்புறம்ங்கிறது கூடாதுன்னு தோணுறது. முழுக்க நகர்ப்புற அரூபமான கவிதை நமக்கு வேணும். பிரதேச அடையாளமில்லாத ஒரு கவிதை வரணும். அது சாத்தியமும்கூட.

வேற்றுமொழிக் கவிதைகளோட தற்போதைய நிலை என்ன?

ஆங்கிலம், ஜெர்மன், பிரெஞ்ச் ஆகிய மொழிகளில் நம்மை மாதிரி அவங்க ஏற்கனவே எழுதி முடிச்சிட்டாங்க. எழுதுறதுக்குப் புதுசா செய்திகள் இல்லாத நிலை இருக்கு. மூன்றாம் உலக நாடுகள்ல சமூக ரீதியான பிரச்சினைகள் இருக்கு. அங்குள்ள பிரச்சினைகள் கவிதையாகும்போது வளர்ந்த நாடுகளோட வாசகர்களுக்குப் புரியாம இருக்கு. ஜன்னல் வழியாக ஒன்றை எறிந்தேன்னு நான் எழுதறேன். அங்க அது சாத்தியமே இல்ல. பூனையைக் குறவன் பிடித்தான்னு எழுதுனா, குறவன் யாரு என்பதைப் புரியவைக்கணும். என்னோட ஆசை என்னன்னா 'என்னோட வாழ்வியலை அடிக்குறிப்பு போட்டாவது நீ தெரிஞ்சுக்க'ங்கிறதுதான். அவங்களோட கவிதையும் கிராமப்புறத்தை நோக்கிப் போயிக்கிட்டிருக்கு. என்னோட 'தலையணை'ங்கற கவிதையை பிரான்சில் படிச்சேன். எல்லாருக்கும் பிடிச்சிருந்துது. பிரத்யேகமா இல்லாம பொதுவா இந்தக் கவிதை இருக்கறதால எல்லாரையும் தொடர்பு கொள்ளுது. அதைத்தான் அரூபம்னு சொல்றேன். மரபு பேசற இயக்கம், மரபை எதிர்க்கிற இயக்கம், தலித் இயக்கம்னு மூணு வகை

இலக்கியங்கள் முரண்பாடுகளோட இந்தியாவில் செயல்பட்டு வருது. தலித்துகள் எங்கேயும் நிம்மதியில்லாம இருக்காங்க. பண்டிதர்கள் முழுக்க இதுலருந்து விலகிட்டாங்க.

தலித் அறிவியக்கத்துக்கு நவீன இலக்கியத்தோட தொடர்பு நீடிச்சுவருது. உங்களோட இயக்கம் தமிழ்க் கவிதைக்கு என்ன விதமான பங்களிப்பைச் செய்திருக்குன்னு நினைக்கிறீங்க?

தெரியாது. என்னால ஏத்துக்கொள்ளக்கூடிய கவிதைகள் வந்துக்கிட்டிருக்கும்போது அதுல என் பங்களிப்பு இருக்கிறதாத் தானே அர்த்தம். 70க்குப் பிறகு பரந்த அளவுல உருவம் போன்ற விஷயங்கள்ல என்னோட கவிதைக்காகச் செய்திருக்கேன். அது பரவலா ஏற்கப்பட்டிருக்குங்கிற பிரமையைக் கொடுக்குது.

உங்களோட காவிய முயற்சி பத்திச் சொல்ல முடியுமா?

சொல்லிட்டா எழுத முடியாது. தெளிவில்லாம இருக்கு. தெளிவின்மையை வெச்சுத்தான் உள்ள போறேன். உச்சரிப்பின் ஆழத்தைக் கவிதைக்குள் செலுத்தணும். ஒருத்தன் அவன் பாட்டியைப் பார்க்கப்போறான். அவனுக்கு நாப்பது வயசு. கிழவிக்கு 25 வயசு. இது மட்டும்தான் இப்போதைக்கு இருக்கு.

❖

9. தமிழ் நாவல்களைக் குறித்து ஞானக்கூத்தன்

i) எஸ்.ஏ.பி அண்ணாமலையின் நாவலான சின்னம்மா என்ற புத்தகத்திற்கு 04.06.1993 அன்று ஞானக்கூத்தன் எழுதிய அணிந்துரையின் ஒரு பகுதி இலக்கியத்தில் என்ன இருக்கிறது?

'கவிதை என்றாலும் காவியம் என்றாலும் இரண்டிலும் அடிப்படையாக ஏதோ ஒரு நிகழ்ச்சி இருக்கிறது. காவியம் என்றால் பல நிகழ்ச்சிகளின் தொடராக அது இருப்பதைப் பார்க்க முடிகிறது. நாடகத்திலும் நிகழ்ச்சிதான் அடிப்படையாக இருக்கிறது என்பதைச் சொல்லவே வேண்டியதில்லை.

ஒரு நிகழ்வு என்பது ஏற்பட்டுவிட்டால் அதைப் பார்த்த மனிதன் சும்மா இருந்துவிடுவதில்லை. அவன் அப்படி ஒரு நிகழ்ச்சியை இன்னொருவனுக்குச் சொல்லும் போது அப்படியே சொல்வது கிடையாது; சொல்லவும் முடிவதில்லை. அவனுடைய பார்வை, அதன் வழியாக வெளிப்படும் அவனது கருத்து இரண்டும் அவன் சொல்வதில் கலந்துவிடுகின்றன. சொல்பவன் கேட்பவனுக்குச் சுவாரசியம் ஏற்படும்படியாகவும் சொல்ல வேண்டியிருக்கிறது.

நிகழ்ச்சியை இன்னொருவருக்குக் கூறும் போதே கலையின் ஆட்சி எல்லை தொடங்கிவிடுகிறது. இந்த எல்லைத் தொடக்கத்தில் இயல்பு நவிற்சி இருப்பது போல் தோன்றுகிறது. இந்த இயல்பு நவிற்சி கேட்பவர்களின் ஊக்கம் கருதி சிறிது மாற்றம் அடைகிறது.

இதை 'வக்ரதா' என்று வடமொழி சொல்கிறது. இதன் அடிப்படையில் 'வக்கிர நவிற்சி' ஏற்படுகிறது. இதில் சுவையில்லாமல் இலக்கியம் ஈடுபடாது. ஆகையால், 'ரஸ உக்தி' இலக்கியத்தில் செயல்படுவதைக் குறிப்பிட்டார்கள்.

'இயல்பு நவிற்சி', 'வக்ர நவிற்சி' மற்றும் 'சுவை நவிற்சி' இவையெல்லாம் நவிற்சி அதாவது சொல்லும் முறைகளைப் பற்றியவைதாம். ஆனால் எது நவிலப்பட்டது?

நமது தமிழ் இலக்கியத்தில் 'உலகியல்' என்றும் அகத்திணையில் 'செய்தி' என்றும் சொல்லப்படுகிறது இதுதான்.

மனிதனின் அன்றாட வாழ்க்கையைத் தனது காவியப் பொருளாகக் கொண்டதுதான் 'வர்த்தமானம்' என்று கருத வேண்டியுள்ளது.

ஆனால், இதிகாசங்கள், புராணங்கள் முதலான இலக்கிய வகைகளின் எழுச்சியால் இந்த வர்த்தமான இலக்கியம் எடுபடவில்லை. காவிய காலத்தில் இது ஒரு அலங்காரம் என்ற அளவில்கூட இடம் பெற முடியவில்லை. இருந்த போதிலும் இதிகாச, புராணங்களில்கூட இந்த வர்த்தமானம் முற்றிலும் அழியாமல் வேறு வேடம் தரித்து நம்மை பார்த்துச் சிரிப்பதைப் பார்க்க முடிகிறது.

நல்ல வேளையாக ஓரளவாவது வர்த்தமான இலக்கியம் சமயம் சாராத பஞ்சதந்திரக் கதைகள், பிருகத் கதாசாகரம், மற்றும் ஜைன பௌத்தர்கள் பிராகிருத பாலி மொழிகளில் எழுதியுள்ள கதைகளில் பேணப்பட்டு வந்துள்ளது.

மனித வாழ்க்கையை உள்ளபடியே எழுதி இலக்கியமாக்கும் வர்த்தமான இலக்கியம் நமது காலத்துச் 'சஞ்சிகை யுகம்' உதயமான பிறகுதான் மீண்டும் வளரத் தொடங்கியுள்ளது. வகைபாடுகளில் வேற்றுமை இருக்கலாம்; ஏற்றத்தாழ்வு குறித்துக் கருத்துரைப்போர்களின் மத்தியில் மோதல்கள் இருக்கலாம். இருந்தாலும், நமது இன்றைய இலக்கியம் அடிப்படையில் வர்த்தமான இலக்கியந்தான். பல வகையான சஞ்சிகைகளில் இவை வெளியிடப்பட்டு ஏராளமான வாசகர்கள் இவற்றைப் படித்து மகிழ்கிறார்கள்.

தொடர்கதையாக வெளிவந்த காலத்தில் ஏராளமானவர்கள் படித்து மகிழ்ந்த நாவல்தான் திரு. எஸ்.ஏ.பி.யின் 'சின்னம்மா.'

குடும்பத் தலைவர் திடீரென்று இறந்துவிட்டால் அவர் விட்டுச் சென்ற குடும்பத்தில் எதிர்பாராததெல்லாம் நடக்கும்; நல்லவர்களாக இருந்து வந்தவர்களுக்குக் குணம் மாறிவிடும்; மோசமானவர்கள் இதுதான் தக்க சமயமென்று உற்சாகமாகச் செயல்படுவார்கள். மனித வாழ்க்கையில் தொடர்ச்சிவிடாமல் நடந்துவரும் பெரிய நிகழ்வுகள் எல்லாம் மனிதனின் மனத்தில் கட்டுமானங்களாக மாறிவிட்டன.

இப்படிப்பட்ட ஒரு கட்டுமானம் இறப்பைப்பற்றிய மனிதனின் பிரக்ஞை. இப்படி ஒரு கட்டுமானத்தைச் சூழலாக வைத்துக்கொண்டு நடக்கிறது இந்தக் கதை.

ii) *ஞானக்கூத்தன் அசடு என்ற காசியபனின் நாவல் குறித்து எழுதியதின் சாரம்சம்.*

சத்திரம், சாவடி இரண்டும் பழங்காலத்துச் சொற்கள். இவ்விரண்டுக்கும் முன்பாகத் தண்ணீர்ப் பந்தல் இருந்தது. சத்திரத்துக்கும் சாவடிக்கும் முன்னோடி தண்ணீர்ப் பந்தல். அப்பூதி அடிகள் என்ற நாயன்மார் திருநாவுக்கரசரின் விசிறி.

திருநாவுக்கரசரின் பெயரிலே ஒரு தண்ணீர்ப் பந்தல் நடத்தினார். தண்ணீர்ப்பந்தல் கோடைக்காலத்தில் மட்டுமே இயங்கும். பானகம், நீர், மோர், தண்ணீர் மூன்றும் பெரிய பானைகளில் வைத்துக் கொடுப்பார்கள். நீர் மோர் தாளிப்புக் கண்டிருக்கும். தண்ணீர் நெல்லி அல்லது வெட்டிவேர் சுவைபெற்றிருக்கும்.

சத்திரம் என்பது உணவு விடுதி. சாவடி என்பது தங்கும் விடுதி. சாவடி என்பது தங்கல் என்றும் பெயர் பெறும். சமைக்கப்பட்ட உணவை விற்பது என்பது சென்ற நூற்றாண்டு வரைக்கும் ஏற்புடைய கருத்தல்ல. எனவே உணவைத் தண்ணீர்ப் பந்தல்களில் இரகசியமாக விற்றார்களாம்.

உள்ளூர் வாசிகள் இதைப் புறக்கணித்தார்கள். இவை நாளடைவில் கிளப், கேஃப், ஹோட்டல் என்ற பெரிய அளவில் செயல்படத் தொடங்கின. இந்தத் துறையில் மிகுந்த

தைரியத்தோடு இறங்கியவர்கள் அய்யர்கள் என்று அறியப்படும் தமிழ் பேசும் பிராமணர்கள். இத்துறையில் மற்றொரு வகுப்பினரான அய்யங்கார் என்பவர்கள் ஆர்வம் காட்டுவதில்லை. உணவு அவர்களுக்கு விற்கப்படும் பண்டம் அல்ல.

அய்யர்களின் கல்வியறிவு வாய்க்கப் பெறாதவர்களுக்கு இரண்டு பேராபத்துகள் உண்டு. முதலாவது, அவர்கள் சமையல் தொழிலில் ஈடுபட நேரும். இரண்டாவது, புரோகிதம் செய்ய நேரும்.

இந்த நாவலின் பெயரான 'அசடு' என்ற சொல் பிரமாணர்களின் மொழியில் பரிவுடையது. இந்த நாவலில் வரும் பாத்திரங்கள் எல்லாரும் கணேசனிடத்தில் பரிவு காட்டுகிறார்கள்.

iii) *தமிழவனின் ஏற்கனவே சொல்லப்பட்ட மனிதர்கள் நாவலைக் குறித்தும் ஞானக்கூத்தன் கூட்டத்தில் பேசி உள்ளார்.*

தமிழவனின் முதல் சந்திப்பின்போது அவரிடத்தில் நடத்திய விவாதம் அவர் பெரிய சிந்தனையாளர் என்று எனக்கு அடையாளம் காட்டியது. அதற்குத் தகுந்தாற்போல சில ஆண்டுகள் கழித்து ஒரு பெரிய பல்கலைக்கழகத்து விழா மலர் ஒன்றிலே அவர் 'பாரதிதாசனுக்குப் பிறகு கவிதை' என்ற நீண்ட கட்டுரை ஒன்று எழுதியிருந்தார். இருபத்தைந்து ஆண்டுகளுக்கு முன்பு அந்தக் கட்டுரை எழுதுவதற்கு அசாத்திய தைரியம் வேண்டும். அந்த தைரியம் அவரிடத்தில் இருந்தது. அது மட்டுமல்லாமல் அவர் கொண்டிருந்த சில கருத்துகளைக் கைவிட்டுத் தனக்குள்ளேயே நிகழ்கிற மாற்றத்தைக் கூர்ந்து கவனித்துக் கருத்துகளைப் புதிதாக வகுத்துக்கொண்டார். அதுவும் அவரை ஒரு நேர்மையான வராகவும் தைரியமுள்ள ஒரு இலக்கியவாதியாகவும் அடையாளம் காட்டியது. அவர் பெயர் இருந்தால் முதலில் நான் அவருடைய கட்டுரைகளைப் படிப்பேன். பிறகு அவர்

தமிழ் நாவல்களைக் குறித்து ஞானக்கூத்தன் 121

ஒரு படைப்பாளியாக ஆனார். ஆச்சரியம், அவர் இடையிலே 'ஏற்கனவே சொல்லப்பட்ட மனிதர்கள்' என்ற ஒரு நாவலை எழுதியிருந்தார் என்பது எனக்குத் தெரியாமல் போய்விட்டது.

நானும் அவரும் கேரளத்தில் ஒரு கருத்தரங்கிலே கலந்துகொண்டோம். அப்பொழுது தமிழவனுடன் பேசிக் கொண்டிருந்தபொழுது, தமிழிலே இலக்கியம் என்பது ஓரளவு கவிதையிலே புதுமையைத் தொடக்கம் செய்தாகிவிட்டது, ஆனால் இன்னும் பத்திரிகையில் எழுதுகிற கட்டுரைத் தமிழிலேயேதான் நாவல்களும் சிறுகதைகளும் எழுதப்பட்டு வருகின்றன; தமிழ் இலக்கியம் என்ற தகுதிக்கு ஏற்ப ஒரு இலக்கிய நடையை இன்னும் நம் தமிழ் மொழி பெற்றிருக்கிறதா என்பது எனக்குச் சந்தேகமாக இருக்கிறது; பழைய தமிழிலக்கியத்தில் பரிச்சயமுள்ள ஒருவனுக்கு நிறைவு தரக்கூடிய ஒரு தமிழ் நடையை இன்னும் இலக்கியப் படைப்பாளிகள் பெற்றிருக்கிறார்களா என்பது ஐயத்துக்குரியது; அந்த வகையிலே புதிய நாவல்கள், புதிய கதைகள் புதிய தமிழ் நடையிலேயே வர வேண்டும்; அப்படி எதுவும் வராதது ஆச்சரியமாக இருக்கிறது என்று சொல்லிக்கொண்டுவந்தேன். அப்பொழுது அவர்கள் சொன்னார்கள், நீங்கள் புதுக்கவிதை என்று சொல்லுவது போல, புது நாவல் என்பதும் ஒன்று ஏற்பட்டுவிட்டது, என்னுடைய புத்தகம் ஒன்று நீங்கள் படிக்க வேண்டும் என்று சொன்னார்கள்; அந்தப் புத்தகம்தான் 'ஏற்கனவே சொல்லப்பட்ட மனிதர்கள்' என்ற அந்த நாவல்.

அந்த நாவலின் முதல் பக்கத்தைப் படிக்கும்பொழுதே எனக்கு ஏற்பட்ட திகைப்பு, அப்படி இப்படி என்று சொல்லி வர்ணிக்க முடியாது. ஒரு அற்புதமான நடையிலே இதுவரையில் தமிழில் காண முடியாத ஒரு பெரிய செய்தி, ஒரு விஷயம் அந்த நாவலின் தொடக்கத்திலேயே வந்தது. ஆனால் வழக்கமாகப் படிக்கிற தமிழ் நாவல் வாசகர்களுக்கு அது எட்டக்கூடிய ஒரு பொருளாக இருக்கவில்லை என்று நான் நினைத்தேன். அதற்கு முன்பாகவே 1960இன் மத்தியிலே இங்கே அமெரிக்க கான்சலாக ஆல்ஃப்ரெட் ஃப்ராங்க்ளின்

என்பவர் பணியாற்றிவந்தார். அவர் தமிழிலே மிகவும் ஈடுபாடு கொண்டவர். தமிழ் மொழியைப் படிக்கத் தெரியும். பேசவும் தெரியும். அவர் தமிழ் மாநிலத்திலே பணியாற்ற வேண்டும் என்பதற்காகவே மாற்றல் செய்துகொண்டு தமிழ்நாட்டுக்கு வந்தார். புதுமைப்பித்தனையும் மௌனியையும் அவர் ஆழப் படித்திருந்தார். மௌனியைப் பார்க்க வேண்டும், அவர் ஜீவிதராக இருக்கிறார் என்று அறிந்து மௌனியைப் பார்க்க வேண்டும் என்பதற்காகவே அவர் சென்னை மாநிலத்துக்குப் பதவி மாற்றம் பெற்று வந்தார். அவர் மௌனியைப் பார்த்தார். பார்த்த கையோடு, அப்பொழுது இளைஞர்களாக இருந்த எங்களைப் பற்றிக் கேள்விப்பட்டு எங்களைச் சந்திக்க வேண்டும் என்று அவர் விருப்பம் தெரிவித்தார். அவருடைய இல்லத்திலே அவரை நாங்கள் சந்தித்தோம். அப்பொழு தெல்லாம் எங்களுக்கு அறிமுகமான ஓர் அரிய எழுத்தாளர் ஜார்ஜ் லூயி போர்ஹே. அவர் பெயரை நாங்கள் போர்ஜெஸ் என்று அப்பொழுது சொல்லிக்கொண்டிருந்தோம். ஃப்ராங்க்ளினைச் சந்தித்த பிறகு அவரிடத்தில் போர்ஹேயைப் பற்றிப் பிரஸ்தாபம் செய்ததும், நாங்கள் போர்ஜெஸ் என்று சொன்னதும், அவர் பெயர் போர்ஹே என்று சொல்லப்பட வேண்டும் என்று அவர்கள் சொன்னார்கள். அப்பொழுது தான் போர்ஹேயைப் பற்றி, "போர்ஹே" என்று அவரைச் சொல்ல வேண்டும் என்று நாங்கள் தெரிந்துகொண்டோம்.

அறுபதுகளின் இறுதியில், எழுபதுகளின் தொடக்கத்திலே போர்ஹேயினுடைய நாவல், போர்ஹேயினுடைய சிறுகதைகள் இலக்கியவாதிகளிடத்தில் ஏற்படுத்திய மாற்றம் மிகவும் பயங்கரமானது. ஆனால் அதற்கு ஈடுகொடுக்கக்கூடிய எழுத்தாளர்கள் வந்தார்கள் என்று சொல்ல முடியாது. மாறாக, பிரான்சில், பிரெஞ்சு மொழியில் எழுதிய சில எழுத்தாளர் களுடைய நடை தமிழ் நடையை பாதித்திருந்தது. ஆனால் போர்ஹேயைத் தொட முடியாது. போர்ஹேயினுடைய ஒரு தொகுப்பைப் படித்துவிட்டு அதிலே 'சர்க்குலர் ரூயின்ஸ்' என்ற கதையை 'வட்டச் சிதைவுகள்' என்ற பெயரிலே மொழிபெயர்க்க வேண்டும் என்று நான் விருப்பப்பட்டேன்.

கதை 'கசடதபற'விலே அந்தத் தலைப்பிலே வந்தது. அந்தத் தலைப்பு, 'வட்டச் சிதைவுகள்' என்பது நான்தான் கொடுத்தது. அந்த மொழிபெயர்ப்பை தருமு சிவராமு செய்தார்.

அப்படிப்பட்ட எழுத்துகள் தமிழுக்குப் பொருந்திவரும், அந்த நாடுகளில் எழுதப்படுகிற, ஆங்கில, ஐரோப்பியத்துக்கு அப்பாற்பட்ட நாடுகளில் எழுதப்படுகிற எழுத்துகள் இந்திய மரபுக்கும் தமிழ் மரபுக்கும் ஒத்துவரும் என்று ஒரு கண்டுபிடிப்பு மனதிலே இருந்தது. அப்படி ஒரு எழுத்தைத் தரக்கூடிய எழுத்தாளர்களில் எங்கே இருக்கிறார்கள், வருவார்களா என்ற ஏக்கத்தில் இருந்தபொழுது, தமிழவனுடைய இந்த நாவல் படிக்கும்பொழுது மனதுக்கு மிகவும் திருப்தி செய்தது, மிகவும் நிறைவைத் தந்தது. ஆனால் இன்னும் அந்த நாவலை எத்தனை பேர் படித்திருப்பார்கள் என்று தெரியவில்லை. பல வாசகர்கள் அந்த நாவல் படிப்பதற்குக் கடினமாக இருக்கிறது என்று சொல்லுகிறார்கள். அதற்குப் பிறகு எழுதியிருக்கிற இந்த 'ஜி.கே. எழுதிய மர்ம நாவல்' என்ற நாவலும் மிகச் சிறப்பாக எழுதப்பட்டிருக்கிறது. தமிழவனை ஒரு இலக்கிய ஆசிரியராக, நல்ல இலக்கியச் சிந்தனையாளராக அவரைப் போன்ற இலக்கியச் சிந்தனை யாளர்கள் எனக்குத் தெரிந்து கடந்த ஐம்பது ஆண்டு காலத்திலே தமிழிலே இல்லை என்றே சொல்லிவிடலாம். வெளிநாட்டுக் கருத்துகளை, வெளிநாட்டிலே வழங்குகிற கோட்பாடுகளை ஆழச் சிந்தித்து, அது தமிழுக்கு எப்படிப் பொருத்தமானது, தமிழ் வேருக்கு, தமிழிலே முன்னமே இருக்கிற கருத்துகளுக்கு எவ்வளவு உடன்பட்டது என்று [புரிந்துகொண்டு] ஒரு மாற்றத்தைச் செய்யக்கூடிய ஆற்றல் அவருக்கு உண்டு. அந்த ஆற்றல், இலக்கியச் சிந்தனை ஆற்றல் இவையெல்லாம் இருக்கிற ஒரு ஆசிரியருடைய இந்த நாவல் மிகவும் சுவாரசியமான நாவல். நான் ஒரு வாசிப்பிலேயே கிட்டத்தட்ட நான்கு, ஐந்து மணிநேரம் உட்கார்ந்துகொண்டு இந்த நாவலைப் படித்து முடித்தேன். சிலர் சொன்னார்கள், இந்த நாவல் படிப்பதற்குக் கடினமாக இருக்கிறது என்று. இலக்கிய வாசகர்கள் என்பவர்கள் இப்படிப்பட்ட

நாவல்களைத்தான் படிக்க வேண்டும். இந்த நாவல் மிகவும் சிறப்பாக அமைந்திருக்கிற ஒரு நாவல். தமிழ் இலக்கியத்துக்கு ஒரு நல்ல வரவு. இதைப் பற்றிச் சொல்ல வேண்டிய செய்திகள் நிறைய இருக்கின்றன.

(9.4.2000 ஆம் ஆண்டில் சிறுபத்திரிகைகள் விருட்சமும் வித்யாசமும் சேர்ந்து தமிழவனின் ஜி.கே எழுதிய மர்ம நாவல் என்ற புத்தகத்திற்கு நடத்திய விமர்சனக் கூட்டத்தில் ஞானக்கூத்தன் தலைமை தாங்கி ஆற்றிய உரையின் ஒரு பகுதி)

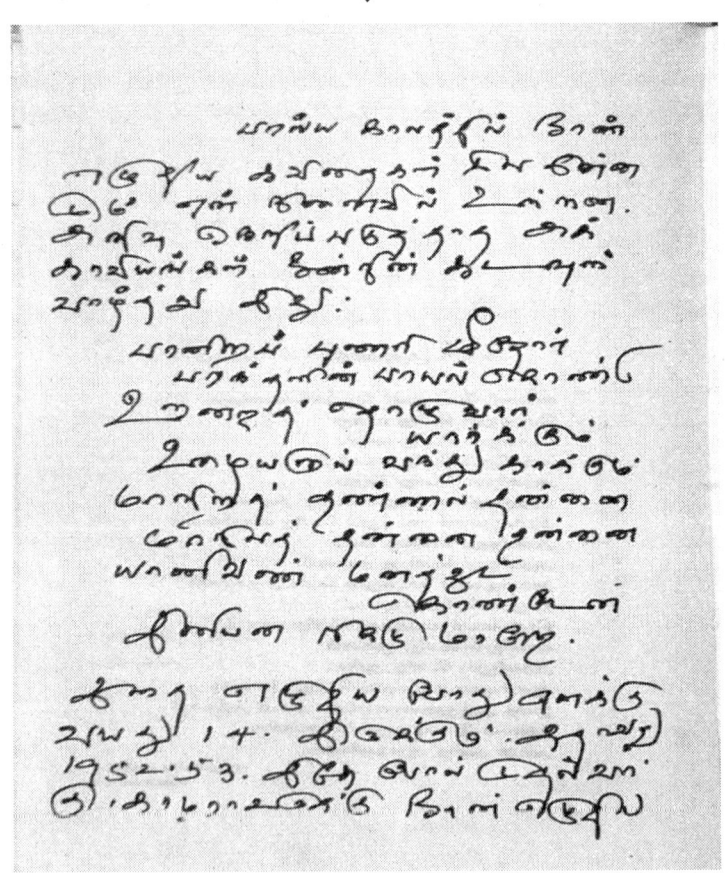

(ஞானக்கூத்தனின் கையெழுத்து)

10. வாழ்க்கைக் குறிப்புகள்

பிறந்த ஆண்டு	:	07.10.1938
இயற்பெயர்	:	ரங்கநாதன்
தந்தையின் பெயர்	:	ராமராவ்
தாயாரின் பெயர்	:	சாவித்திரி
பிறந்த இடம்	:	திருஇந்தளூர்
திருமணம் ஆண்டு	:	1972 கும்பகோணத்தில்
மனைவியின் பெயர்	:	சரோஜா
வாரிசுகள்	:	இரண்டு புதல்வர்கள்
மறைந்த தினம்	:	27.07.2016
பணி	:	பள்ளிக் கல்விக்குப் பிறகு பள்ளி ஆசிரியராகவும் சிறப்புப் பணி ஆய்வாளராகவும் பணியாற்றினார் பொதுப்பணித்துறை ஊழியராக வேலை கிடைத்துச் சென்னையில் குடியேறினார்
முதல் வெளியீடு	:	தோத்திரப் பாடல் 1956
ஞானக்கூத்தன் பெயர் காரணம்	:	திருமந்திரம் வாசிப்பின் பாதிப்பில் ஞானக்கூத்தன் என்ற புனைபெயரைச் சூட்டிக்கொண்டார்

பத்திரிகை தொடர்பு

1) நடை சிற்றிதழில் கவிதைகள் எழுதினார்.

2) கசடதபற இதழைத் தொடங்கிய இலக்கியக் குழாமில் ஒருவர்.

3) ழ கவிதை ஏட்டை ஆத்மாநாம், ஆனந்த், ஆர்.ராஜகோபாலன், ஆகியோருடன் இணைந்து வெளியிட்டார்

4) கவனம் இதழின் ஆசிரியராகவும் இருந்தார்

கவிதை நூல்கள்:

1) அன்று வேறு கிழமை 1971ஆம் ஆண்டு இலக்கியச் சங்கம் வெளியிட்டது

2) சூரியனுக்குப் பின் பக்கம் 1980ஆம் ஆண்டு ழ வெளியீடாக வந்தது

3) கடற்கரையில் சில மரங்கள் 1983ஆம் ஆண்டு மையம் வெளியீடாக வந்துள்ளது

4) மீண்டும் அவர்கள் தொகுப்பு மையம் வெளியீடாக 1994ஆம் ஆண்டு வெளிவந்தது

5) ஞானக்கூத்தன் கவிதைகள் 1998ஆம் ஆண்டு விருட்சம் வெளியீடாக வந்தது.

6) பென்சில் படங்கள் 2002ல் விருட்சம் வெளியீடாக வந்துள்ளது

7) ஞானக்கூத்தன் கவிதைகள் இன்னும் கவிதைகள் சேர்த்து ஆழி வெளியிடாக 2008ல் வெளியீடாக வந்துள்ளது

8) காலச்சுவடு பதிப்பகம் வெளியீடாக 2014ல் என் உளம் நிற்றி நீ கவிதைப் புத்தகம் வெளிவந்துள்ளது.

9) இம்பர் உலகம் விருட்சம் வெளியீடாக 2016ல் வெளிவந்துள்ளது

10) ஞானக்கூத்தன் கவிதைகள் (முழுத்தொகுப்பு) தொகுப்பாசிரியர் திவாகர் ரங்கநாதன் பொறுப்பில் 2018ல் காலச்சுவடு பதிப்பகம் வெளியீடாக வந்துள்ளது

கட்டுரை நூல்கள்

1. ந.பிச்சமூர்த்தி நினைவாக கட்டுரைத் தொகுப்பு
   பதிப்பாசிரியர் : ஞானக்கூத்தன்
   2000 ஆண்டு மதிநிலையம்

2. தேர்ந்தெடுத்த ந.பிச்சமூர்த்தி கவிதைகள்
   பதிப்பாசிரியர் : ஞானக்கூத்தன்
   2000 ஆண்டு சாஹித்ய வெளியீடாக வெளிவந்துள்ளது

3. கவிதைக்காக விருட்சம்
   வெளியீடு : 1996

4. கவிதைகளுடன் ஒரு சம்வாதம்
   சந்தியா பதிப்பகம் 2004

5. ஞானக்கூத்தன் நேர்க்காணல்கள்
   காலச்சுவடு பதிப்பகம் 2019

விருதுகள்

1. விளக்கு விருது 2006
   புதுமைப்பித்தன் விருது

2. கவிதைக்காக சாரல் விருது
   2010 ஆம் ஆண்டு
3. விஷ்ணுபுரம் விருது 2014
4. கவிதைக் கனம் விருது 2003
5. விடியல் வழங்கிய பாரதி விருது 2009

சிறப்புச் செய்தி

1997 ஆம் ஆண்டு சிங்கப்பூர் பயணம் ஒரு வாரம் தங்கியிருந்தார். ஜெயகாந்தனும் பங்குப் பெற்றவர்.

1997ல் பாரிஸில் கவிதைக்கான நிகழ்வில் கலந்து கொண்டார். கனிமொழியும் பங்காற்றியவர்.

ஹே ராம்/மருதநாயகம் படங்களுக்கு பாடல்கள், வரலாற்று ஆராய்ச்சிக்கு நடிகர் கமல்ஹாசனுக்கு உதவியவர்.